# धर्मरक्षक
# अहिल्याबाई होळकर

दीपाली पाटवदकर

प्रथम आवृत्ती - नोशन प्रेस, ३१ मे २०२५
अहिल्याबाई होळकर यांची ३०१ वी जयंती

इतिहास, चरित्र
छायाचित्रे: नरेंद्र एस. पी.
रचना व मांडणी: कलापुष्प
मुखपृष्ठ चित्रण: कलापुष्प

किंमत - ₹१८५/-

# अर्पण

राजधर्माचे मर्म कथन करणाऱ्या — श्रुती, स्मृती, इतिहास आणि पुराण — या प्राचीन हिंदू ग्रंथांना समर्पित.

देवी अहिल्याबाई होळकर यांचे जीवन आणि कार्य अभ्यासताना एक गोष्ट प्रकर्षाने जाणवली – ती म्हणजे या ग्रंथांचे भारतीय राज्यकर्ते घडवण्यातील योगदान. या ग्रंथांनी शासनकर्त्यांना प्रजेचे पुत्रवत पालनपोषण करण्याचे बाळकडू दिले.

देवी अहिल्याबाई जनतेच्या कल्याणासाठी आणि समृद्धीसाठी सतत झटल्या. त्यांच्या राज्यकारभाराचा मागोवा घेताना, मी या ग्रंथांमधील काही संबंधित श्लोकांचा उल्लेख केला आहे. अहिल्याबाईंच्या कृतीतून राजधर्माचे मूलभूत तत्त्व सांगणारे हे श्लोक जिवंत होतात.

हे ग्रंथ शासकांसाठी मार्गदर्शक आहेत तसेच ते सामान्य माणसाला सुद्धा यशस्वी जीवन जगण्याचा मंत्र शिकवतात. त्यामध्ये - राजाधर्म, नेतृत्व, लोकसेवा, पर्यावरणाची काळजी, प्राण्यांचे रक्षण, वृक्षारोपण आदींची शिकवण आली आहे, जी आजही तितकीच प्रस्तुत आणि महत्त्वाची आहे.

# आभार

मित्रा देसाईच्या अभिप्रायामुळे हे पुस्तक वाचनीय झाले त्यासाठी तिचे मन:पूर्वक आभार. विभावरी बिडवेने दिलेल्या मौलिक सूचना आणि अजिंक्य कुलकर्णी यांनी पुरवलेल्या संदर्भ साहित्यासाठी मी त्यांची आभारी आहे.

अहिल्याबाई होळकर यांच्या विलक्षण कार्याविषयी लिहिण्यासाठी प्रेरणा देणाऱ्या आणि त्यांच्या जीवनावर आधारित विपुल साधने उदारतेने उपलब्ध करून देणाऱ्या सोशल स्टडीज फाउंडेशनचे मी मनापासून आभार मानते.

देवीच्या जीवनाचे दस्तावेजीकरण करणाऱ्या सर्व पूर्वसाहित्यिकांची मी विशेष ऋणी आहे. त्यांच्या तपशीलवार लेखनामुळे मला अहिल्याबाईंचे जीवनकार्य समजून घेणे शक्य झाले.

೫ ☉ ೲ

# मनोगत

**पुण्यश्लोको नलो राजा पुण्यश्लोको जनार्दन:।**
**पुण्यश्लोको विदेहश्च पुण्यश्लोको युधिष्ठिर:॥**

*नल, श्रीकृष्ण, जनक आणि युधिष्ठिर या पुण्यश्लोक राजांचे स्मरण करतो*

ज्यांचे नित्य स्मरण करावे, अशा श्रेष्ठ राजांनी भारतभूमीवर युगानुयुगे राज्य केले. आपल्या कल्याणकरी शासनासाठी प्रसिद्ध असलेल्या या राजांना 'पुण्यश्लोक' म्हटले गेले — त्यांच्या नावाचा उच्चार करणे सुद्धा पुण्यदायी मानले गेले. या तेजस्वी परंपरेत होते- निषादराज नल; राजर्षि म्हणून गौरवलेला विदेहनरेश जनक; आणि इंद्रप्रस्थचा धर्मराजा युधिष्ठिर.

अलीकडच्या काळात, या नामावलित एका असामान्य राणीची भर पडली —देवी अहिल्याबाई होळकर यांची. त्यांचा राज्यकारभार कुशल प्रशासनासाठी, उत्तम न्यायासाठी आणि जनसेवेच्या व्रतासाठी चिरंतन स्मरणात राहील.

स्त्रियांना आदराने 'बाई' ही उपाधी लावली जात असे, जसे – राजमाता जिजाबाई, पेशविण राधाबाई, राणी लक्ष्मीबाई अथवा संत मीराबाई. विशेषकरून राजघराण्यातील स्त्रियांना 'देवी' संबोधले गेले जसे – जयपूरच्या गायत्री देवी, बडोद्याच्या सीता देवी, अथवा काश्मीरच्या तारा देवी. माळव्याची राणी दोन्ही नावांनी जणाली गेली – देवी अहिल्याबाई होळकर.

अहिल्याबाईंना शिवभक्तीसाठी 'शिव योगिनी', निःस्वार्थ कार्यासाठी 'कर्म योगिनी' आणि पुत्रवत प्रजापालनासाठी 'लोकमाता' म्हणून

गौरविले गेले. पत्रांमधून त्यांना – 'श्रीमंत', 'गो-ब्राह्मण प्रतिपालक', 'गंगाजल निर्मळ', 'राजर्षी' आणि 'सती'* संबोधले गेले.

अहिल्याबाईंची कारकीर्द हिंदवी स्वराज्याच्या स्थापनेनंतर सुरू झाली. त्या सत्तेवर येण्याच्या आधी कैक शतके भारतातील हिंदूंचा तुर्क आणि मुघल शासकांनी धार्मिक छळ मांडला होता. अहिल्याबाई माळव्याची राणी झाल्यावर त्यांनी दीर्घकाळ त्रस्त झालेल्या संस्कृतीला सावरण्याचा व्रत घेतले.

अहिल्याबाई दररोज श्रुती, स्मृती, इतिहास आणि पुराण यांचे श्रवण करत असत. त्यामधून त्यांच्यामध्ये भक्ती आणि करुणेची मूल्ये रुजली. त्या ग्रंथांनी त्यांना तीर्थस्थळांचे, विविध तीर्थयात्रांचे तसेच मुख्यतः राजधर्माचे ज्ञान प्राप्त करून दिले. धार्मिक ग्रंथांच्या मार्गदर्शनाने अहिल्याबाईंची राज्यकारभार, न्याय आणि लोककल्याण ह्या विषयीची वैचारिक बैठक तयार झाली.

त्याशिवाय अहिल्याबाईंच्या त्यांच्या सासऱ्यांचे – सुभेदार मल्हारराव होळकरांचे यांचे मार्गदर्शन व प्रशिक्षण लाभले. अहिल्याबाईंनी त्यांच्याकडे राजकारण, युद्धशास्त्र, अर्थ व्यवस्थापन, पत्रव्यवहार याचे धडे गिरवले. तसेच सासू गौतामाबाईंच्या कडून त्या वैयक्तिक उत्पन्नाचा उपयोग देवालयांच्या पुनरुत्थानासाठी कसा करावा, हे शिकल्या.

---

*'सती' हा शब्द 'सत्' या संस्कृत शब्दापासून आलेला आहे, ज्याचा अर्थ सत्य, चांगुलपणा आणि सद्गुण असा होतो. 'सती' हे शिवाच्या पहिल्या पत्नीचे — दक्ष राजाच्या कन्येचे नाव होते. तसेच - सती सावित्री, सती अनसूया यांसारख्या थोर स्त्रियांसाठीही वापरलेली गौरवपूर्ण उपाधी होती. सती म्हणजे पतिव्रता, अर्थात पतीशी अखंड निष्ठा असलेली स्त्री असाही या शब्दाला अर्थ आहे.*

युरोपमध्ये "दैवी अधिकार सिद्धांत" (Doctrine of Divine Right) प्रचलित होता. त्या सिद्धांताने राज्यकर्त्यांना अमर्याद अधिकार दिले. याउलट, अहिल्याबाईंसारख्या हिंदू राज्यकर्त्यांनी "राजधर्म" या हिंदू तत्त्वाचे पालन केले, जो राजाची कर्तव्ये आणि जबाबदाऱ्या सांगतो. भारत आणि युरोपच्या दरम्यान असलेली ही वैचारिक तफावत अहिल्याबाईंचा राज्यकारभार नंतरच्या ब्रिटीश राजपेक्षा पूर्णतः वेगळा ठरतो. जिथे अहिल्याबाईंनी देशी उद्योग, जनकल्याण, अर्थव्यवस्था आणि अन्नसुरक्षा यावर भर दिला, तिथे ब्रिटीश धोरणांमुळे देशी उद्योग लयास गेले, लोक देशोधडीला लागले, त्यांच्या शोषणाने भारतात दारिद्य्र आणि दुष्काळ पसरला.

समृद्ध राज्याची घडण मजबूत पायाभूत सुविधांवर अवलंबून असते. हे लक्षात घेऊन अहिल्याबाईंनी अनेक घाट, धर्मशाळा, रस्ते आणि पुलांचे बांधकाम केले, विशेषतः तीर्थक्षेत्रांच्या मार्गांवर. या कामामुळे प्रवास अधिक सुरक्षित आणि सुलभ झाला. तसेच त्यांनी विहिरी, वाव, टाकी आणि तलाव यांची निर्मिती करून दुष्काळप्रवण भागात पाण्याची सोय केली.

अहिल्याबाईंचे मंदिर जीर्णोद्धार कार्य इतिहासात अद्वितीय आहे. त्यांनी अनेक मंदिरांचे, विशेषतः भारतभर पसरलेल्या ज्योतिर्लिंग मंदिरांचे पुनर्निर्माण केले. मंदिरे, अन्नछत्रे आणि धर्मशाळा बांधण्याचे काम त्यांनी स्वतःच्या खाजगी निधीतून केले. त्यांनी उभारलेली शेकडो मंदिरे, घाट, रस्ते आणि विहिरी हा त्यांनी निर्माण केलेला मूर्त वारसा आहे. देवीने धार्मिक विधी आणि परंपरांना सातत्याने चालना दिली. आस्थेला आणि श्रद्धेला पुनरुज्जीवन दिले, तसेच धर्म, आध्यात्म आणि सांस्कृतिला बळकटी दिली. त्यांच्या कार्यामुळे भारतात एक महत्त्वपूर्ण सांस्कृतिक पुनरुत्थान घडून आले.

अहिल्याबाईंनी अनेक संस्कृत पाठशाळा स्थापन केल्या, कवींना आश्रय दिला, नवीन ग्रंथ लिहून घेतले, विद्वानांचा सत्कार केला यामधून त्यांची ऋषीसंस्कृती टिकवण्याची तळमळ दिसते. त्यांनी वेळोवेळी वीरांचा सन्मान करून, राजधर्मावर पुस्तक लिहून घेऊन क्षत्रियधर्माला प्रोत्साहन दिले. त्यांनी उद्योजकांना महेश्वर मध्ये वसवले, नवीन वस्त्रोद्योग स्थापन केला तसेच शेतीमध्ये अनेक सुधारणा घडवून अर्थ उत्पत्तिसाठी सहाय्य केले. तसेच चरितार्थाची साधने निर्माण करून हजारो कारागीर, कलाकार, कर्मचारी आणि कामगारांना उद्योगाला लावले.

राजधर्माची साक्षात मूर्ती म्हणून गौरवलेल्या पुण्यश्लोक अहिल्याबाई, आदर्श नेतृत्वाचा दीपस्तंभ ठरतात. त्या वारंवार म्हणत असत – राज्य करणे म्हणजे केवळ सत्तेचा उपभोग घेणे नव्हे, तर लोकसेवा करणे आहे. अहिल्याबाईंचे जीवन हे राजकर्त्याने धर्म, न्याय आणि दया यांची त्रिसूत्री कशी पाळावी याचे जिवंत उदाहरण आहे. त्यांचा लोकहितकारी राज्यकारभार हा त्यांनी निर्माण केलेला अमूर्त वारसा आजही प्रशासनासाठी अनुकरणीय आदर्श आहे.

त्यांच्या जीवनातून **"धर्मो रक्षति रक्षितः"** जो धर्माचे रक्षण करतो, त्याचे रक्षण धर्म करतो - हे तत्त्व प्रकट होतं.

अशी धर्मरक्षक तेजस्विनी वीर म्हणजे अहिल्याबाई होळकर. अशा धर्मरक्षकांमुळे, आपल्या संस्कृतीचा दीप पारतंत्र्यात सुद्धा तेवत राहिला. अशा धर्मसंवर्धकांच्या प्रयत्नांमुळेच आपली संस्कृती आजही टिकून आहे आणि आपले रक्षणही करते आहे.

या पुस्तकात अहिल्याबाईंचे जीवन सहा भागांमध्ये मांडले आहे —

१. अहिल्याबाईंच्या आधीचा भारत
२. अहिल्याबाईंचे बालपण आणि शिक्षण

३. राजर्षि अहिल्याबाईंचं राज्य

४. अहिल्याबाईंचं मंदिर जीर्णोद्धाराचे कार्य

५. अहिल्याबाईंचं वैयक्तिक आयुष्य

६. अहिल्याबाईंच्या नंतरचा भारत

अहिल्याबाईंची जीवनी केवळ भूतकाळातील एका प्रभावशाली धर्मरक्षकाला वंदन करणारी गौरवगाथा न राहता, भविष्यातील धर्मरक्षक घडवणारे चरित्र होवो.


- दीपाली पाटवदकर

अक्षय्य तृतीय

३० एप्रिल २०२५

၈ ⊙ ၓ

# अनुक्रमणी

# १. एक घायाळ संस्कृती

## कालरेखा

नर्मदा खोऱ्यातील मानवी वस्तीचा इतिहास किमान ५ लाख वर्षांपूर्वीपर्यंत मागे जातो. 'नर्मदा मानव' (Narmada Man) त्याचे महत्त्वपूर्ण उदाहरण आहे. नर्मदेजवळच्या भीमबेटका गुंफांमध्ये १ लाख वर्षापूर्वी पासूनचे मानवी वस्तीचे दाखले मिळतात. नर्मदेच्या तीरावर पाषाणयुगीन (Paleolithic) आणि ताम्रपाषाणयुगीन (Chalcolithic) संस्कृती बहरल्या होत्या. त्यानंतर -

**इ.स.पू. ५व्या शतकापासून:** नंद, मौर्य, सातवाहन आणि गुप्त वंशांनी माळव्यावर राज्य केले.

**इ.स. ७वे – १०वे शतक:** सम्राट हर्षवर्धनने माळव्यावर राज्य केले. त्यानंतर गुर्जर - प्रतिहार व राष्ट्रकूट या साम्राज्यांनी माळव्यावरील नियंत्रणासाठी संघर्ष केला.

**इ.स. ११वे शतक:** राष्ट्रकूटांचे मांडलिक असलेल्या परमारांनी माळव्यात आपले राज्य स्थापन केले. परमार राजा भोज याच्या कारकीर्दीत माळव्याने सुवर्णयुग अनुभवले.

**इ.स. १२वे – १७वे शतक:** माळव्यावर वारंवार परकीय आक्रमण. इ.स. १५६१ मध्ये अकबराने माळवा राज्य काबिज केले.

**१७वे शतक – महाराष्ट्र:** छत्रपती शिवाजी महाराजांनी हिंदवी स्वराज्याची स्थापना करून हिंदू शक्तीचा पुनर्जन्म घडवला. औरंगजेबाने दख्खनमध्ये दाखल झाला आणि मृत्यूपर्यंत, (१७०७) जवळपास तीन दशक मराठ्यांविरुद्ध लढला.

**इ.स. १७२४:** पेशवा बाजीराव यांच्या नेतृत्वात त्यांचे दोन सेनानी मल्हारराव होळकर आणि राणोजी शिंदे यांच्यासह मराठ्यांनी माळव्यात प्रवेश केला.

# पुण्यभूमी भारत

सप्तनद्या, सप्तपुरी, बारा ज्योतिर्लिंग आणि एकावन्न शक्तिपीठे यांनी भारताची भूमी सजली आहे. येथील प्रत्येक झरा, नदी, सरोवर, डोंगर, पर्वत आणि देवराई हे देवतांचे निवासस्थान आहेत. येथील अगणित देवालयांनी आणि तीर्थस्थानांनी भारतभूमी अलंकृत केली आहे. या भूमीत जन्मलेल्या पुण्यात्मांनी तिला अधिकच पावन केले. आणि म्हणून ही भारतभूमी पुण्यभूमी झाली आहे.

या पुण्यभूमीच्या केंद्रस्थानी आहे माळवा. येथून पृथ्वी, जल आणि आकाश रेखा धावतात. भारताची मध्यरेषा (Prime Meridian) माळव्यातून उत्तर-दक्षिण धावते. ही रेघ पृथ्वीचे पूर्व गोलार्ध आणि पश्चिम गोलार्ध असे दोन भाग करते. येथून पूर्व-पश्चिम धावणारी कर्कवृत्ताची (Tropic of Cancer) आकाशीय रेषा, नर्मदेची जलरेषा आणि विंध्यपर्वताची पाषणरेषा भारताला उत्तर आणि दक्षिण भागात विभागतात. या सर्व रेषांवर भारतीयांनी प्राचीन काळापासूनच देवत्व बहाल केले, त्यांची मंदिरे उभी केली आणि त्यांना नित्य पूजले.

कर्कवृत्त आणि मध्यरेषा जिथे एकमेकांना छेदतात त्या उज्जयिनी नगरात वसले आहे महाकालेश्वर ज्योतिर्लिंग — अर्थात कालाच्या अधिपतीचे शिवाचे मंदिर. नर्मदा देवी नदीच्या रूपाने दोन्ही तीरांचे पोषण करत पश्चिमेला वाहते. प्रत्येक घाटावर तिची नित्य पूजा केली जाते. यात्रेकरू तिची परिक्रमा करतात. नर्मदेच्या तीरावर ओंकारेश्वर, शूलपाणेश्वर यांसारखी शिवमंदिरे आहेत. विंध्य पर्वताला अमरेश्वर, विंध्यवासिनी, आणि चौसष्ट योगिनी यांसारख्या शिव-पार्वतीच्या मंदिरांनी अलंकृत केले आहे.

माळव्यात उत्तर भारताचे विस्तीर्ण मैदान आणि दक्षिणेचा पठार यांना जोडणारे रस्ते एकत्र येतात. म्हणूनच, फार पूर्वीपासून माळवा हे सत्ताधीशांना खुणावत आले आहे. नर्मदा नदी पश्चिम सागराला जोडत असल्याने सागरावर नियंत्रण मिळवण्यासाठी माळवा धोरणात्मकदृष्ट्या महत्त्वाचे ठरले. उत्तरेतील सत्तांना माळवा हे दक्षिणेचे प्रवेशद्वार होते तर दक्षिणेतिल राजांसाठी माळवा प्रांत उत्तरविजयाचा प्रस्थानबिंदू होता.

कर्कवृत्त आणि मध्यरेषा जिथे एकमेकांना छेदतात त्या उज्जयिनीला पृथ्वीची नाभी मानले गेले. भारताचे केंद्रस्थान असलेल्या माळव्यात अहिल्याबाईंची गाथा फुलते.

## काळरात्र

माळव्यातील मंदिरांतून वेदांचे घोष आणि पाठशाळांमधून संस्कृत श्लोकांचे स्वर निनादत होते. तिथे दिमाखात उभी होती राजा भोजाची भव्य अशी सरस्वती पाठशाळा. ज्ञान व संस्कृतीचा दीपस्तंभ असलेली ही पाठशाळा लवकरच राज्ये उलथवून टाकणाऱ्या वादळाला सामोरी जाणार होती.

तेराव्या शतकाच्या अखेरीस, कमाल मौलानाच्या आगमनाने माळव्यावर अंधाराचे सावट दाटले. एखाद्या विषारी वेलीप्रमाणे ह्या मौलानाने आपले जाळे पसरले. त्याने भोळ्या जनतेला फसवून त्यांचे धर्मांतरण करून त्यांना इस्लाम स्वीकारायला लावला. पुढे त्याने गोळा केलेली माळव्याविषयीची सगळी माहिती अलाउद्दीन खिलजीला पुरवली. ह्या माहितीच्या आधाराने समृद्ध माळव्याचा विनाश ओढवला ...

खिलजीची फौज जेव्हा माळव्यावर तुटून पडली, तेव्हा जणू आकाशच कोसळले. भोज पाठशाळा, जिथे पूर्वी संस्कृत श्लोकांचा नाद घुमत होता, तिथे आता किंकाळ्यांचा आवाज घुमू लागला. खिलजीच्या हल्ल्यात - शेकडो विद्वान, शिक्षक आणि विद्यार्थी यांचा बळी गेला. सरस्वतीची पवित्र भूमी रक्ताने माखली. पिढ्यान्पिढ्या पूजलेल्या देवतांच्या मूर्तींचा चुराडा केला गेला. त्यांच्या विखुरलेल्या अवशेषांमध्ये एका संस्कृतीचे अस्तित्वच चिरडले गेले होते.

ही सुरुवात होती — एक दीर्घ काळरात्रीची.

आठव्या शतकात — मुहम्मद बिन कासिमने सिंधवर केलेले आक्रमण भारतावरील पहिले अमानुष आक्रमण होते. अकराव्या शतकात, मोहम्मद गझनीच्या लुटारू फौजा टोळधाडीप्रमाणे देशावर तुटून पडल्या. मथुरा आणि सोमनाथ यांसारखी मंदिरांची नगरे त्याने लुटली, उद्ध्वस्त केली.

भारतावर एका मागोमाग एक आक्रमणांच्या लाटा धडकल्या. मुहम्मद घोरी, अलाउद्दीन खिलजी, तैमूर, बाबर, नादिरशहा, अहमदशहा अब्दाली — प्रत्येक नाव एक एक घाव होऊन नवीन जखम देत होते.

गंधारपासून सिंधपर्यंत, मग दिल्लीपासून बंगालपर्यंत आणि नंतर विंध्यांच्या पल्याड दख्खन व दक्षिणेकडे — आक्रमक सरकत राहिले. त्यांच्या पावलांखाली परकीय सत्ता असह्य वेदना देत देशभर पसरली.

ज्या भूमीत अनेक युगांची प्रज्ञा, ऋषींचे वेदघोष आणि समृद्धी विलासात होती, ती भूमी आता आर्त किंकाळ्यांनी आणि विलापांनी हदरून गेली होती. हत्याकांडांनी जमिनीला रक्ताने माखले होते, लाखो स्त्री-पुरुषांना मध्यपूर्वेतील बाजारात गुलाम म्हणून विकले

गेले. परकीय सत्तेच्या घणाखाली मंदिरे उध्वस्त झाली. अनेक शतके पूजल्या गेलेल्या देवतांच्या पवित्र मूर्ती विटंबित झाल्या. विद्यापिठे आणि ग्रंथलये अग्नितांडवात भस्मसात झाली. या माऱ्यातून वाचलेले हिंदू जिझिया कर भरत जीवित राहिले होते.

दहाव्या शतकापर्यंत वायव्य भारतातून हजारो हिंदूंना गुलाम बनवून मध्यआशिया आणि मध्यपूर्वेतील बाजारात विकले. इतक्या प्रचंड प्रमाणात हिंदू बंदीजनांना विकले गेले की, गुलामांच्या किंमतीने नीचांकी पातळीवर गाठली होती. आठव्या शतकात अरब आक्रमकांनी सुरू केलेला हा गुलामांचा व्यापार मुघल सत्तेच्या अखेरपर्यन्त, म्हणजे अठराव्या शतकापर्यंत चालू राहिला.

भारतीय उपखंडात जवळपास प्रत्येक प्रांतात ही विध्वंसाची लाट पोचली होती. गंधारमधील शिवमंदिरांपासून ते मध्य आशियातील बौद्ध विहारांपर्यंत, काश्मीरमधील शारदा पीठापासून ते तामिळनाडूमधील कांचीपुरमच्या मंदिरांपर्यंत, गुजरातच्या सूर्य मंदिरापासून ते ढाका आणि आसाममधील मंदिरांपर्यंत —हा विध्वंस सर्वत्र एखाद्या साथीच्या रोगासारखा पसरला. जैन मंदिर, बौद्ध विहार, शीख गुरुद्वारा —सर्वच या क्रूर आक्रमणाचे बळी ठरले.

माळव्याचा इतिहास याच शोकांतिकेचे प्रतिबिंब होते. हिंदू संस्कृतीचा तेजस्वी दीपस्तंभ असलेला परमार राजवंश इ.स. १३०५ मध्ये अलाउद्दीन खिलजीच्या आक्रमणात संपुष्टात आला. एका बंधनातून सुटून दुसऱ्या साखळदंडात बांधले जावे तसे, माळवा राज्य - दिल्ली सल्तनत, मग गुजरात सल्तनत आणि शेवटी मुघलांच्या अधिपत्याखाली गेला. प्रत्येक सत्तांतर नवी भीषणता लादत होता.

माळव्यात शतकानुशतके उभे असलेली मंदिरे जमीनदोस्त केली गेली. उज्जैन, इंदूर, धार, विदिशा, मांडू आणि कल्पी — या प्राचीन नगरात शिखरांची जागा घुमटान्नी घेतली होती. विग्रह फोडून त्यांचे तुकडे मशिदींच्या पायऱ्यांखाली गाडण्यात आले — पराभवाची कायमची आठवण.

पराभूत हिंदूंना — ज्यांना गुलाम केले गेले, ज्यांचे शोषण केले गेले, ज्यांचा छळ मांडला गेला — त्यांच्या वेदनेला सीमा राहिली नव्हती.

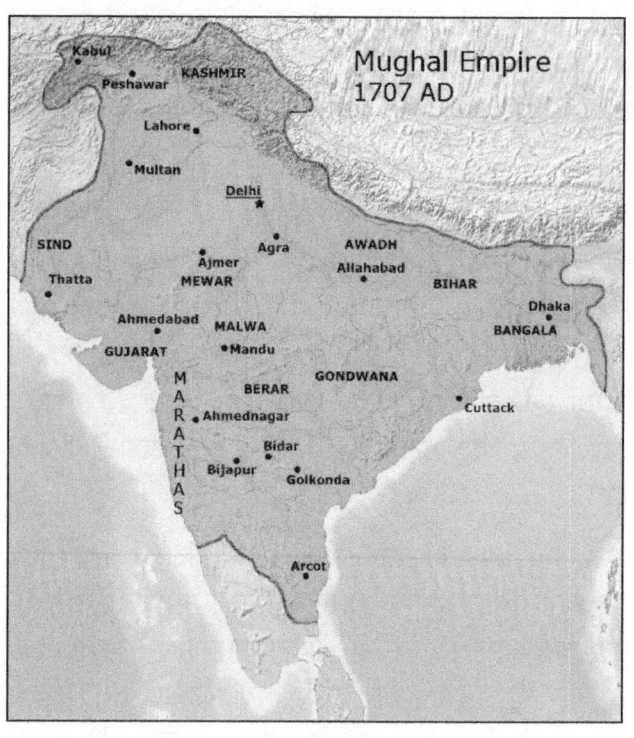

मुघल सम्राज्याचा विस्तार

या काळ्याकुट्ट रात्रीतही एक आश्वासक ज्योत तेवत होती. काकतीय साम्राज्याच्या राखेतून हरिहर आणि बुक्का राय हे सरदार उदयास आले. विद्यारण्य स्वामींच्या मार्गदर्शनात, त्यांनी विजयनगर साम्राज्याची स्थापना केली – भारतीय उपखंडात हिंदू संस्कृतीचे एक भव्य राज्य निर्माण केले. विजयनगरचे साम्राज्य समृद्धीच्या अत्युच्च शिखरावर पोहोचले आणि दोन शतकांहून अधिक काळ अभिमानाने तळपत राहिले.

पण हे तेज सुद्धा मावळणार होते ... इ.स. १५६५ मध्ये, दख्खन सल्तनतींच्या संयुक्त फौजांनी विजयनगरवर हल्ला चढवला. फितुरीने विजेनगरच्या पारड्यात पराभव टाकला. भारताचा अभिमान असलेली ही वैभवशाली नगरी लुटायला सहा महीने लागले. तेथील नागरिकांचे शिरकाण झाले, आणि तिच्या इमारती आगीत भस्मसात झाल्या.

विजयनगरच्या वैभवाचे राखेत रूपांतर झाल्यावर जणू काही सर्व आशा मालवल्या होत्या. अंधेऱ्या रात्रीचा अंत दिसत नव्हता. पण या नैराश्याच्या क्षणी, पुन्हा एक ठिणगी पेटण्याच्या मार्गावर होती.

विजयनगर पडल्यानंतर शतकाच्या आत, एक किशोर वयीन मुलगा त्या भग्न वास्तूंमध्ये फिरला. भग्नावशेषांमधून आणि ढासळलेल्या राजप्रासादांमधून चालताना, त्याच्या अंतर्मनात काहीतरी लकाकले. या राखेत त्याला नाश नाही, तर पुनर्निर्माणचे बीज सापडले.

तो मुलगा हिंदू संस्कृतीची कधीही नष्ट न होणारी चिवट आशा होता. त्या अवशेषांनी त्याच्या अंतःकरणात पेटवलेल्या ठिणगीचे रूपांतर 'हिंदवी स्वराज्य' नावाच्या वणव्यात होणार होते. आणि तो वणवा मुघल साम्राज्याला गिळंकृत करणार होता ...

भारतावर परकीय सत्तेचा अंधार गडद होत चालला असता महाराष्ट्राच्या हृदयकुपित एक आशेचा किरण मंदपणे तेवू लागला. बालशिवाजी आई जिजाबाईच्या पायाशी बसून, रामायण आणि महाभारतातील गोष्टी एकाग्रतेने ऐकत होता. कोणाला माहीत होते की त्या कथा बीजरूप होत्या? ते बीज सुपीक मातीत रुजून, त्याचे भव्य वटवृक्षात रूपांतर होणार होते ...

दादोजी कोंडदेवांसारखे अनुभवी प्रशासक, तानाजी मालुसरे, नेताजी पालकर, बाजी प्रभु देशपांडे, येसाजी कंक, प्रतापराव गुजर अशा अनेक निष्ठावान मावळ्यांच्या साथीने, स्वामी रामदास, आणि संत तुकाराम यांच्यासारख्या संतांच्या आशीर्वादाने, शिवाजी राजांनी त्यांच्या स्वप्नांना प्रत्यक्षात उतरवायला सुरुवात केली.

सतराव्या शतकाच्या मध्यात, सर्व अडचणींवर मात करत, 'हिंदवी स्वराज्य' ही संकल्पना हळूहळू आकार घेऊ लागली. शिवाजी महाराजांनी गडामागून गड घेत, आपलं राज्य उभं केलं. निष्ठावान लष्कर त्यांची तलवार बनली, दुर्जेय आरमार त्यांची ढाल बनली, अभेद्य किल्ले रक्षकांसारखे उभे राहिले, तर उत्तम प्रशासन आणि न्यायव्यवस्था जीवनदायिनी नद्यांप्रमाणे राज्यात वाहू लागले.

१६७४ मध्ये रायगडावर छत्रपती शिवरायांना राज्याभिषेक झाला — ही वेळ नव्या हिंदवी सार्वभौमतेची तेजस्वी नांदी होती, आणि मुघल सत्तेच्या अस्ताचा संकेत होता.

छत्रपतींच्या निधनानंतर, नव्याने उजळलेल्या ज्योतीला विझवण्याच्या निर्धाराने मुघल सम्राट औरंगजेब स्वतः दख्खनमध्ये उतरला. या काळात छत्रपती संभाजी महाराजांचे बलिदान मराठ्यांच्या लढ्याला बळकटी देणारे ठरले. शिवाजी महाराजांचे

धाकटे पुत्र राजाराम महाराज, सून ताराबाई, तसेच मोरोपंत पिंगळे आणि रामचंद्रपंत अमात्य यांसारखे निष्ठावान मंत्री मुघल आक्रमणासमोर ठाम उभे राहिले.

सुमारे तीन दशके, महाराष्ट्रात तलवारींचा घणाघात घुमत राहिला. औरंगजेबने त्याचे एक पंचमांश सैन्य मराठ्यांशी लढण्यात गमावले. १७०७ मध्ये वृद्ध औरंगजेब मरण पावला — आणि दख्खन जिंकण्याचे त्याचे स्वप्न अपूर्णच राहिले.

औरंगजेबाच्या मृत्यूनंतर दिल्ली अराजकतेत बुडाली. एकापाठोपाठ एक अक्षम मुघल राजपुत्र सिंहासनावर बसले. राजकीय डावपेच म्हणून, त्यांनी छत्रपती संभाजी महाराजांचे पुत्र शाहू महाराज यांना, ज्यांना दीर्घ काळापासून कैदेत ठेवले होते, सोडून दिले.

शाहू महाराजांच्या पुनरागमनामुळे मराठा सत्तेत फूट पडली आणि मराठ्यांनी आतापर्यंत मिळवलेल्या यशाला धोका निर्माण झाला. तरीही या गोंधळातूनच नवी ताकद उगम पावली. १७१४ पर्यंत, शाहू महाराजांचे पेशवा - बाळाजी विश्वनाथ यांच्या दूरदृष्टीपूर्ण आणि कुशल नेतृत्वाखाली मराठा सैन्याने दिल्लीकडे कूच केली. त्यांच्या पावलांनी एका बदलत्या युगाची चाहूल दिली आणि मुघल सत्ता ढासळण्याची चिन्हं स्पष्ट होऊ लागली.

आतापावेतो, छत्रपती शिवाजी महाराजांचे सावत्र बंधू व्यंकोजी भोसले यांनी तंजावरमध्ये मराठा सत्तेची स्थापना केली. नागपूरचे सरसेनापती रघुजी भोसले यांनी छत्तीसगड, ओडीसापासून बंगालपर्यंत, अगदी हुगळी नदीच्या किनाऱ्यापर्यंत मराठा प्रभाव पोहोचवला. पश्चिमेकडे, गायकवाडांनी मुघलांकडून गुजरात जिंकून ते मराठा साम्राज्यात विलीन केले. मराठा सत्ता आता एका प्रादेशिक न राहता अखिल भारतात प्रभाव पसरवणाऱ्या साम्राज्याकडे झपाट्याने वाटचाल करत होती.

पहिल्या बाजीराव पेशव्यांच्या नेतृत्वात मराठा पुनरुत्थान खऱ्या अर्थाने सुरू झाले. केवळ वीस वर्षांच्या या नेत्याने सत्तेची धुरा आपल्या हातात घेतली. पुढील दोन दशके, त्याने मराठा राज्याला साम्राज्याचे रूप दिले. बाजीरावांनी ४१ लढायांचे नेतृत्व केले आणि प्रत्येक लढाईत विजय मिळवला. त्याने मराठा साम्राज्याचा विस्तार उपखंडभर केला.

निजामाला पालखेड येथे हरवले, बुंदेलच्या छत्रसालला मुघलांच्या पकडीतून मुक्त केले, गुजरात आणि राजस्थान मराठ्यांना कर देऊ लागले. मुघलांच्या मुकुटातील रत्न असलेला माळवा प्रदेश मराठ्यांनी जिंकला. बाजीरावांच्या सैन्याने दिल्लीच्या दरवाज्यापर्यंत कूच केली, मुघल साम्राज्याच्या पायाखालची जमीन हादरली.

पेशवा बाजीराव एका पाठोपाठ एक विजय मिळवत असताना, मळाव्याच्या इतिहासातील एक नवीन अध्याय सुरू झाला. या भट्टीतून मराठा सुभेदार मल्हारराव होळकर उदयास आले. इतिहासकार उदय कुलकर्णी म्हणतात तसे, "१८वे शतक हे मराठ्यांचे भव्य दिव्य यशाचे शतक होते".

## मल्हाररावांचा पराक्रम

जेजुरीजवळ, नीरा नदीकिनारी वसलेल्या होळ नावाच्या लहानशा गावात, मल्हारचा जन्म झाला. दुर्दैवाने लहान असतानाच त्याचे पितृछत्र हरपले. वडिलांच्या निधनानंतर आई मल्हारला घेऊन माहेरी राहायला गेली. मामा भोजराज बर्गळ यांनी मल्हारचे प्रेमाने संगोपन केले. काही वर्षात मल्हार एक तेजस्वी आणि धडपड्या युवक म्हणून ओळखला जाऊ लागला.

१७१७ साली, मल्हाररावांचे नशिब उजळले. मामा भोजराजांनी आपली कन्या गौतमाबाईचा विवाह मल्हारशी लावून, मल्हाररावांना आपला जावई करून घेतले. या विवाहाने मल्हाररावांना केवळ एक पत्नी नाही तर सहधर्मचारिणी दिली होती. गौतमाबाई अतिशय बुद्धिमान होत्या, त्यांना राजकारणाची जाण होती आणि त्या मल्हाररावांच्या विश्वासू सल्लागारही होत्या.

या दांपत्याला श्रीब्रह्मेन्द्र स्वामींचे शुभाशीर्वाद लाभले होते. त्या काळातील बहुतेक सर्व प्रमुख मराठा नेत्यांच्या जीवनावर स्वामींचा प्रभाव होता. त्यांच्या शिष्यपरिवारात - शाहू महाराज, पेशवा बाजीराव, चिमाजी आप्पा, शिंदे, गायकवाड आदींचा समावेश होता. स्वामींची शिकवण केवळ आध्यात्मिक क्षेत्रात नव्हती, तर राजकीय क्षेत्रात पण होती. पेशव्यांना पोर्तुगीजांकडून वसई जिंकून घेण्याचा सल्ला देणे, तर कधी मल्हाररावांना युद्धात सुरक्षा देण्यासाठी अंगरखा पाठवणे, अशा प्रकारे ते मार्गदर्शन व प्रोत्साहन देत असत.

मराठा सैन्यात मल्हाररावांचा झपाट्याने उदय घडत गेला. १७१५ साली कदम बंडे यांच्याकडे एक सामान्य शिपाई म्हणून त्यांनी सुरुवात केली. पण लवकरच मल्हाररावांनी बाळाजी पेशव्यांचे लक्ष वेधून घेतले. पुढे जेव्हा ते पेशवा बाजीरावांच्या सेवेत रुजू झाले, तेव्हा त्यांची खरी क्षमता दिसून आली.

१७२५ पर्यंत ते ५०० सैनिकांचे नेतृत्व करू लागले. दोनच वर्षांत त्यांना माळव्यामध्ये स्वतःची फौज राखण्याचा अधिकार मिळाला. या नेमणुकीने उत्तर भारताच्या राजकारणाचा चेहरामोहरा बदलणार होता.

१७३२ मध्ये माराठ्यांनी इंदौरचा ताबा मिळवला. त्या वेळी जरी इंदौर लहानसे गाव वाटत होते, तरी ते एका संस्थानाचे बीज ठरणार

होते. मल्हाररावांचे सामर्थ्य वाढत गेले, तसतशी त्यांची जबाबदारी वाढत गेली. त्यांच्या निष्ठा व कार्यक्षमतेची दखल घेत पेशव्यांनी त्यांना व त्यांच्या पत्नी गौतामाबाईंना अनेक वतनांची देणगी दिली.

इंदौरमध्ये, कान्ह नदीच्या किनारी, मल्हाररावांनी एक भव्य राजवाडा उभारण्यास सुरुवात केली. हा राजवाडा नव्याने उदय झालेल्या हिंदू सामर्थ्याचे प्रतीक होता. व्यावसायिक आणि व्यापाऱ्यांसाठी संरक्षण व सवलती देणाच्या मल्हाररावांच्या धोरणांमुळे शहरात नवजीवन संचारले. त्यांच्या दूरदृष्टीने आणि दक्षतेने इंदौर भरभराटीला आले.

१७३७ पर्यंत मल्हारराव एक प्रभावशाली मराठा नेतृत्व म्हणून नावाजले जात होते. तीस परगण्यांचे सुभेदार असलेल्या होळकरांच्या तिजोरीत आता दरवर्षी जवळपास सात लाख रुपयांचे उत्पन्न जमा होऊ लागले – त्यांच्या वाढत्या सामर्थ्याचे आणि प्रभावाचे द्योतक होते.

मल्हारराव होळकर यांनी चार पेशव्यांची निष्ठेने सेवा केली, पण त्याच वेळी ते एका सांस्कृतिक व आध्यात्मिक पुनरुत्थानाच्या पायाभरणीचे कार्यही करत होते—जे पुढे त्यांच्या सूनबाई अहिल्याबाई होळकर एका उंच शिखरावर नेणार होत्या.

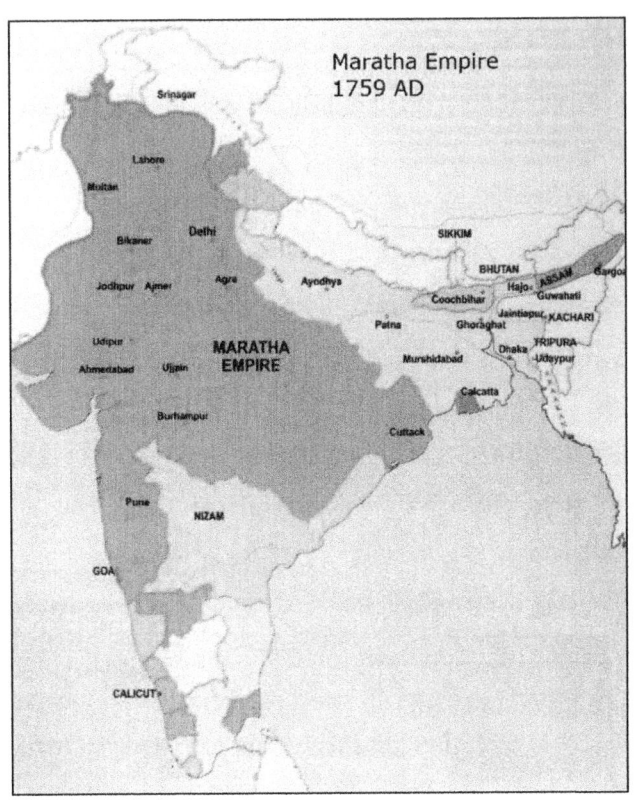

मराठा साम्राज्याचा विस्तार १७६०

## धर्मरक्षकांचा उदय

अठराव्या शतकाच्या प्रारंभी तीन महत्त्वाच्या ऐतिहासिक घडामोडी झाल्या होत्या —

१. हिंदवी स्वराज्याची स्थापना,
२. मुघल साम्राज्याचा ऱ्हास आणि
३. मराठा साम्राज्याचा झपाट्याने झालेला विस्तार.

या घटनांनी पुढील काळातील पुनरुत्थानाच्या युगाची पायाभरणी केली. या युगात अनेक असामान्य व्यक्ती हिंदू धर्माचे रक्षण करणारे दीपस्तंभ ठरले. समाजात नवचैतन्य चेतवणाऱ्या देवी अहिल्याबाई त्यापैकी एक तेजस्वी रक्षक ठरल्या.

धर्मरक्षकांपैकी एक होते श्रीमंत बाजीराव पेशव्यांचे पुत्र - नानासाहेब पेशवा (जन्म १७२० - मृत्यू १७६१). ते अहिल्याबाईंचे समकालीन होते. त्यांनी मराठा साम्राज्याचा विस्तार करण्यात महत्त्वपूर्ण भूमिका निभावली. त्यांच्या नेतृत्वाखाली मराठा साम्राज्य उत्तरेला पेशावरपर्यंत, दक्षिणेला श्रीरंगपट्टणपर्यंत आणि पूर्वेस मेदिनीपूरपर्यंत विस्तारले. त्यांनी तीन प्रमुख शत्रूना नमवले — उत्तरेत मुघल, दक्षिणेत निजाम आणि पूर्वेस बंगाल सल्तनतला नमवले. याशिवाय, अफगाण्यांची पंजाबवरील पकड सैल केली आणि त्यांची पुन्हा पुन्हा होणारी आक्रमणे यशस्वीपणे रोखली.

नानासाहेब पेशव्यांनी पुण्यात - तलाव, धरणं, कालवे, पाणीपुरवठा व्यवस्था, पूल, बागा बांधल्या. नवीन वसाहती वसवून त्यांचा विकास केला. यात्रेकरूंसाठी अनेक धर्मशाळा बांधल्या. त्यांनी कैक मंदिरे बांधली. त्यापैकी उल्लेखनीय आहे नाशिकजवळील त्र्यंबकेश्वर मंदिराची पुनर्बांधणी. औरंगजेबाने हे प्राचीन मंदिर पूर्वी

नष्ट करून तिथे मशीद बांधली होती. नानासाहेबांनी ते अतिक्रमण हटवून, तिथे पुन्हा एकदा भव्य शिवमंदिर बांधले.

अहिल्याबाईंच्या थोड्या आधीच्या काळातील एक महत्त्वपूर्ण धर्मरक्षक होते - अंबरचे सवाई राजे जय सिंह दुसरे (जन्म १६८८ – मृत्यू १७४३). त्यांनी वास्तुशास्त्रावर आधारित जयपूरची नगररचना केली होती. जंतर-मंतर सारखी वेधशाळा पाच नगरात उभारून खगोलशास्त्रात मोठे योगदान दिले.

राजा जय सिंहांची दानशूरता असीम होती. त्यांनी काबूल - लाहोरपासून अयोध्या - मथुरेपर्यंत अनेक धर्मशाळा उभारल्या. त्यांनी केलेले सर्वात महत्वपूर्ण कार्य होते इस्लामी शासकांनी हिंदूंवर लादलेले अन्यायकारक कर रद्द करवून घेणे. १७१३ पासून, जे जे मुघल सम्राट दिल्लीच्या तख्तावर आले, त्या त्या मुघल सम्राटांकडून राजा जय सिंहाने जझिया रद्द करवून घेतला. तसेच, १७३० साली यात्रेकरूंवर लादलेला यात्राकर सुद्धा हटवण्यास त्यांना भाग पाडले. या द्वारे संपूर्ण भारतातील हिंदूंना मोठा दिलासा मिळाला.

राजा जय सिंहांनी प्राचीन परंपरांना नवजीवन दिले — त्यांनी संस्कृत भाषेला पुनरुज्जीवन दिले, पंडितांचा सन्मान केला आणि अश्वमेध व वाजपेय सारखे भव्य यज्ञांचे आयोजन केले. हे वैदिक यज्ञ श्रीराम व युधिष्ठिर यांच्यासारख्या प्राचीन राजांनी केले होते. त्यानंतर शुंग, सातवाहन, गुप्त, चालुक्य आणि चोल राजांनी पण हे यज्ञ केले होते. आधुनिक काळात हे यज्ञ करणारा हा एकच राजा होता. या यज्ञामध्ये त्याने मोठ्या प्रमाणावर दानधर्म केला.

राजा जय सिंहांने अनेक सुधारणा घडवून आणल्या जसे —राज्यात सतीप्रथेवर बंदी आणणे. हे काम त्यांनी राजा राममोहन रॉय यांच्या आधी सुमारे शंभर वर्षांपूर्वी केले होते.

बंगालची राणी भवानी (जन्म १७१६ – मृत्यू १७९५) अहिल्याबाईंची समकालीन होती. या राणीने हिंदू पुनरुज्जीवनाची मशाल तेजस्वीपणे उचलून धरली. ब्राह्मण कुटुंबात जन्मलेल्या भवानीचे लग्न एका श्रीमंत जमीनदारशी झाले होते. अल्पवयातच तिच्यावर वैधव्याची कुऱ्हाड कोसळली. पण परिस्थितीला सामोरे जात, राणी भवानीने जमीनदारीचे सर्व काम आपल्या हातात घेतले आणि चार दशकांहून अधिक काळ मोठ्या कुशलतेने सांभाळले.

राणीचा दिवस ब्रह्ममुहूर्तावर प्रार्थना आणि पुराण श्रवणाने सुरू होत असे. त्यानंतर स्वत: अन्न शिजवून त्या अन्नदान करत असत. त्यावर त्यांची जमीनदारीची कामे त्या पहात असत. त्यांचे सामाजिक योगदान असे होते — त्यांनी ८३ पाठशाळा आणि ३३ आखाडे स्थापन केले. तसेच अनेक मंदिरे, धर्मशाळा, रस्ते आणि पाणवठे बांधले. राणी भवानीने बांधलेली बारानगरमधील भव्य चारबंगला मंदिरे आजही दिमाखात उभी आहेत. राणीने वाराणसीमध्ये दुर्गा मंदिर बांधले. तसेच बोगराच्या भवानीपूर शक्तीपीठाचा जीर्णोद्धार केला. ही कामे त्यांच्या भक्तीची आणि औदाऱ्याची साक्ष देतात. महिला आणि विशेषकरून विधवा स्त्रियांची देखील त्यांनी काळजी वाहिली.

अहिल्याबाईंच्यानंतरचे एक महत्त्वाचे राजे होते तंजावरचे सरफोजी भोसले दुसरे (जन्म १७७७ – मृत्यू १८३२). या मराठा शासकाने, अनेक सामाजिक, औद्योगिक, शैक्षणिक आणि धार्मिक कार्ये केली. राजाने तेथील 'सरस्वती महाल' या ग्रंथालयात हजारो ग्रंथांची भर घातली. साहित्य, कला, शिल्पकला, विज्ञान आणि वेद यांचे शिक्षण देण्यासाठी 'नवविद्या कलानिधी शाळा' ची स्थापना केली.

तसेच 'धन्वंतरी महाल' या संशोधन संस्थेची स्थापना केली, जिथे मनुष्य आणि प्राण्यांसाठी आयुर्वेदीक औषधे तयार केली जात.

कलाप्रेमी असलेल्या राजाने तंजावर चित्रशैलीचा प्रसार केला. राजाने अनेक तलाव बांधले, भुयारी गटार व्यवस्था बांधली, जहाजबांधणी उद्योग उभा केला आणि इतर पायाभूत सुविधा उभ्या केल्या. राजाने समाजासाठी भरपूर दानधर्म केला. अनेक जुन्या मंदिरांचा जीर्णोद्धार केला, त्यात प्रसिद्ध बृहदीश्वर मंदिराचाही समावेश होता. तसेच, त्याने नवीन मंदिरे बांधली आणि कैक धर्मशाळा देखील बांधल्या.

अहिल्याबाईंच्या थोड्या नंतरच्या काळात प्रसिद्धस आली बंगालची - राणी राशमणी दास (जन्म १७९३ – मृत्यू १८६१). त्या कैबर्त नावाच्या एका शूद्र जातीतील होत्या. जमीनदार पतीच्या निधनानंतर त्यांनी जमीनदारी सांभाळली, आणि वाढवली सुद्धा. या कामात त्यांना  ब्रिटिश ईस्ट इंडिया कंपनीला सामोरे जावे लागले, त्यांच्याशी लढावे लागले, ते त्यांनी तेजस्वीपणे केले.

ही राणी जितकी कामत चोख आणि निष्ठुर होती, तितकीच रयतेसाठी करूणापूर्ण लोकमाता होती. सुंदरबनातील एका दरोडेखोर जमातीला तिने लुटालूट सोडून उपजीविकेसाठी मच्छीमारी करण्यास शिकवले. एका दरोडेखोर टोळीचे परिवर्तन करून त्यांना मच्छीमारी करून सन्मानाने जगणारा समाज निर्माण केला होता. राणीने दक्षिणेश्वर येथील भव्य काली मंदिर बांधले, जिथे श्रीरामकृष्ण परमहंस यांनी पूजारी म्हणून नेमस्त केले होते.

हे केवळ काही निवडक थोर स्त्री पुरुषांची चरित्रे आहेत. त्यामध्ये अगणित राजे, राण्या, सरदार, जमीनदार, सावकार आणि साधू - संतांचा  समावेश आहे. चारही वर्णांतील – ब्राह्मण, क्षत्रिय, वैश्य आणि शूद्र तसेच वनवासी समाजातील लोकांनी – धर्माच्या रक्षणासाठी, संस्कृतीच्या संवर्धनासाठी आणि समाजाच्या कल्याणासाठी आपले आयुष्य वेचले. त्यांनी पाठशाळा, धर्मशाळा,

मंदिरे, सरोवरे, वसाहती उभारल्या. तसेच सेवा, ज्ञान, करुणा, नीति, धैर्य आणि निष्ठा या अमूर्त मूल्यांचा वारसा निर्माण केला. त्यांच्या युगप्रवर्तक कार्यामुळे हिंदू समाजाला आत्मभान लाभले आणि आपल्या परंपरांचा अभिमान बाळगून त्या जतन करण्याची प्रेरणा मिळाली.

या महापुरुषांच्या जोडीला असंख्य सामान्य स्त्री-पुरुष होते, ज्यांचे नाव इतिहासाच्या पानांवर नोंदले गेले नाही. गावागावातून मोठ्या हाताने अन्नदान करणाऱ्या मातांचा, बहुत प्रयासाने अध्ययन करणाऱ्या विद्यार्थ्यांचा, निस्वार्थपणे ज्ञानदान करणाऱ्या गुरुजनांचा, मोठ्या हाताने दान देणाऱ्या सावकरांचा, आणि आपल्या देहाची आहुती देऊन अबलांचे रक्षण करणाऱ्या वीरांचा हा अमूल्य वारसा आहे.

अनेकांच्या अथक आणि सातत्यपूर्ण प्रयत्नांतून हिंदू धर्म जिवंत राहिला. या धर्मरक्षकांमध्ये एक प्रखर ज्योत होती – माळव्याची राणी देवी अहिल्याबाई होळकर!

पुण्यश्लोक अहिल्याबाई होळकर यांचा महेश्वर येथील पुतळा

# २. राणीची जडणघडण

# कालरेखा

१७२३: मल्हारराव व गौतामाबाई होळकर त्यांचा मुलगा, खंडेराव होळकर यांचा जन्म

१७२५: माणकोजी आणि सुशिलाबाई शिंदे यांची कन्या अहिल्याबाई यांचा जन्म.

१७३३: अहिल्याबाई आणि खंडेराव यांचा विवाह.

१७३४: गौतमाबाई यांच्या खसगी ट्रस्टची स्थापना.

१७४५: खंडेराव आणि अहिल्याबाई यांचा मुलगा, मालेरावचा जन्म.

१७४८: खंडेराव आणि अहिल्याबाई यांची कन्या, मुक्ताबाईचा जन्म.

१७५४: खंडेरावांचा लढाईत मृत्यू
मल्हारराव अहिल्याबाईंना सतीला जाण्यापासून थांबवतात.

१७५८: मराठा सैन्याचा अटकेपार विजय.

१७६१: पानिपतची तिसरी लढाई.
गौतामाबाई यांचे निधन.
नानासाहेब पेशव्यांचे निधन.

१७६६: मल्हारराव होळकर यांचे निधन.

## अद्‌भुत योगायोग

इंदौरहून पुण्याकडे प्रवास करत असताना, सुभेदार मल्हारराव होळकोरांनी चोंढीला मुक्काम केला. चोंढी एक छोटेसे गाव होते, सिना आणि हरणा नद्यांच्या संगमावर वसलेले. त्या वेळी कुणालाही कल्पनाही नव्हती की मल्हाररावांचा हा थांबा भारताच्या इतिहासाचा प्रवाहच बदलून टाकणार होता.

सूर्य मावळला त्यावेळी मल्हाररावांचे लक्ष एका दृश्याने वेधून घेतले. समोरच्या शिवालयात, एक लहान मुलगी संध्याकाळची आरती करायला आली होती. तिच्या छोट्या हातांमधल्या ताम्हणातील निरांजनाने तिचे मुख उजळले होते. तिच्या डोळ्यात अनन्य भक्ती होती. तिच्या हलचालतीत, वागण्याबोलण्यात एक वेगळाच आत्मविश्वास होता.

मल्हारराव भारावल्यासारखे तिच्याकडे पाहत राहिले, तिची नम्रता आणि धारणा तिच्या वयाच्या कितीतरी पुढची वाटत होती. त्या क्षणी मल्हाररावांच्या मनात एक विचार स्पष्ट झाला — ही असामान्य मुलगी त्यांच्या एकुलत्या एका मुलासाठी योग्य वधू ठरेल.

मल्हारराव निर्धाराने त्या मुलीचे वडील, गावचे पाटील मणकोजी शिंदे यांच्याशी बोलणी करायला गेले. मल्हाररावांनी आपल्या मुलासाठी – खांडेरावसाठी अहिल्येला मागणी घातली. त्यांच्यात संवाद सुरू झाला आणि नियतीची सूत्रं अधिक घट्ट गुंफली गेली. मल्हाररावांप्रमाणेच मणकोजीही सुद्धा धनगर कुटुंबातले होते. दोन्ही कुटुंबांचे कुलदैवत मल्हारी. जणू भगवान शंभो शंकरानेच ही भेट नियोजित केली होती.

आपल्या आत्मविश्वासच्या झळाळीने मल्हाररावांचे मन जिंकणारी कन्या होती – अहिल्या. माणकोजी आणि सुशीलबाईंची मुलगी.

तिला सात भाऊ आणि एक बहीण होती. सुशीलाबाईंनी अहिल्येला घरकाम शिकवले होते आणि त्यासोबतच तिच्या मनात भक्तीचे बीज पण पेरले होते.

सरदार होळकरांच्या मुलाचे स्थळ चालून आल्याने त्या दांपत्याला फार आनंद झाला. त्यांनी हा प्रस्ताव स्वीकारला आणि लवकरच सनई चौघाड्यांच्या आवाजाने आसमंत दुमदुमून गेला. पुण्यात, मोठ्या थाटामाटात, दहा वर्षांचा खंडेराव आणि आठ वर्षांची अहिल्या विवाहबद्ध झाले. या विवाहास स्वतः श्रीमंत पेशवे बाजीराव उपस्थित होते, आणि त्यांनी वधूला दिलेली भेट जणू तिच्या भविष्यातील महानतेची चाहूल होती.

लग्न सोहळा संपन्न झाला. लहान अहिल्या आता अहिल्याबाई होळकर झाली होती — खंडेरावांची पत्नी आणि एका बलाढ्य मराठा घराण्याची सून. सासू गौतामाबाई होळकर यांच्या मार्गदर्शनात अहिल्याबाईंनी आपल्या नवीन जीवनाची सुरुवात केली.

प्रवासाच्या अखेरच्या टप्प्यात, अहिल्याबाईंनी नर्मदा माई पार करून माळवा प्रांतात प्रवेश केला. कोणालाही कल्पना नव्हती की ही नववधू केवळ एक शासक नाही, तर एक अजरामर राज्ञी ठरणार होती.

## अहिल्या – एक रत्न

अहिल्याबाईंच्या रूपात एका तरुण शिवयोगिनीने माळव्यामध्ये प्रवेश केला होता. ही नवपरिणिता इंदौरमध्ये – अर्थात प्राचीन इंद्रपूर नगरीत – पदार्पण करत होती. पूर्वी कधीतरी इथे इंद्राने भगवान शंकराची आराधना केली होती. आजही इथे उभे असलेले इंद्रेश्वर महादेव मंदिर या पौराणिक परंपरेचा मूक साक्षीदार आहे.

नवीन कुटुंबात अहिल्याबाईंना सासू गौतामाबाईंच्या रूपात एक मार्गदर्शिका लाभली होती. मल्हाररावांची धाकटी पत्नी हरकूबाई आणि नणंद उदाबाई यांच्याशी अहिल्याबाईंची मैत्री जमली. या अतूट बंधांनी अहिल्याबाईंना जीवनभर साथ दिली.

लग्नाच्या सुरुवातीच्या काळात, अहिल्याबाई आणि त्यांचे पती खंडेराव यांनी पंढरपूरची तीर्थयात्रा केली. तिथे अहिल्याबाईंनी रुक्मिणी देवीला सोन्याचे दागिने अर्पण केले — हे दागिने आजही देवीला विशेष प्रसंगी चढवले जातात.

अहिल्याबाईंचा संसार फारसा सुखद नव्हता. खंडेरावांचा तापट स्वभाव आणि त्यात व्यसनांची भर. असे असले तरी, या धाडसी योद्ध्याला पत्नीचा अभिमान होता. खांडेराव अहिल्याबाईंचा मान राखत असत आणि तिच्या सल्ल्याला महत्व देत असत.

१७४५ साली, अहिल्याबाईंच्या पोटी पुत्र जन्माला आला. त्याचे नाव ठेवले – मालेराव. तीन वर्षांनंतर, या दांपत्याला एक कन्या झाली. तिचे नाव ठेवले – मुक्ताबाई.

माळवा भूमीत स्थायिक झाल्यावर, अहिल्याबाईंना आपल्या या दत्तक भूमीबद्दल अधिक जाणून घेण्याची तीव्र इच्छा झाली. पुराणिक आणि भाटांनी त्यांना माळव्याच्या अनेक गौरवशाली कथा सांगितल्या. ऋषी अगस्तिंची कथा – ज्यांनी उत्तर व दक्षिण भारतादरम्यान सांस्कृतिक सेतू निर्माण केला. कृष्ण आणि बलरामाची कथा – ज्यांनी क्षिप्रा नदीकाठी गुरु सांदीपनींच्या आश्रमात शिक्षण घेतले होते. पराक्रमी राजा विक्रमादित्यची शौर्यगाथा – जो विक्रम-वेताळच्या कथांचा नायक ठरला होता. आणि राजा भोजच्या कथा – ज्या आजही लोकप्रिय होत्या.

अहिल्याबाईंनी माळव्यातील राजांच्या विषयी ऐकलं तसेच — नंद, मौर्य, सातवाहन आणि गुप्त राजवंशांचे विविध क्षेत्रातील पराक्रमांच्या आणि शौर्याच्या कथा ऐकल्या. त्यांनी सम्राट अशोकाविषयी ऐकलं, ज्याने उज्जैनचा राज्यपाल म्हणून आपल्या राजकीय कारकिर्दीची सुरुवात केली होती. गुप्त सम्राट चंद्रगुप्तने शकांचा पराभव करून माळवा जिंकल्याच्या कथा, राजा यशोधर्माने हुण आक्रमकांना हरवल्याच्या कथा आणि सम्राट हर्षवर्धनच्या विशाल साम्राज्याच्या कथा अहिल्याबाईंनी ऐकल्या.

या कथा ऐकत असता त्यांना कल्पनाही नव्हती की भविष्यात त्यांचं स्वतःचं जीवनही माळव्याच्या गौरवशाली इतिहासात एक सुवर्ण अध्याय ठरणार होतं. जसं कधी काळी राजा भोजने माळव्याला विद्वत्तेचं आणि शिक्षणाचं केंद्र बनवलं होतं, तसंच एक नवं सुवर्णयुग घडवण्याचं भाग्य अहिल्याबाईंच्या वाट्याला येणार होतं.

कवी कालिदासाने राजा भोजाची स्तुती करत लिहिलं होतं —

> **"अद्य धारा सदाधारा सदालम्बा सरस्वती ।**
> **पण्डिता मण्डिताः सर्वे भोजराजे भुवि स्थिते॥"**
> *धारानगरी सुरक्षित आहे, सरस्वती देवीची कीर्ती चहू दिशांना पसरली आहे आणि विद्वान मंडळींचा सन्मान केला जात आहे, कारण भूमीवर राजा भोज राज्य करत आहेत.*

कोणालाही याची कल्पना नव्हती की लवकरच देवी अहिल्याबाई होळकर माळव्याची शासनकर्ती होणार आणि या ओळी पुन्हा एकदा सत्य ठरणार होत्या!

# ग्रहण

मल्हाररावांच्या यशाचा सूर्य आकाशात उंच झळकत असतानाच, त्याला ग्रहण लागले. खंडेराव नेहेमी आपल्या वडिलांबरोबर, तसेच थोरल्या बाजीराव पेशव्यांच्या सोबत विविध मोहिमांवर जात असत. दुर्दैवाने, मार्च १७५४ मध्ये कुंभेरच्या वेढ्यात झालेल्या लढाईत खंडेरावांचा मृत्यू झाला. होळकरांच्या घरण्यावर दुःखाचा डोंगरच जणू कोसळला.

ज्या तोफेच्या गोळ्याने खंडेरावांचा जीव घेतला, त्याने मल्हाररावांची भविष्याची स्वप्न चुरडून टाकली. अनेक वादळांना सामोरा गेलेला सुभेदार दुःखाच्या अथांग समुद्रात बुडत चालला होता.

दरम्यान, शोकाकुल अहिल्याबाईंनी सती* जाण्याचा संकल्प केला. जर त्यांनी आपल्या जीवनाचा अंत केला असता, तर भारताचा इतिहास कदाचित पूर्णपणे वेगळा घडला असता. मल्हाररावांना हे कळताच, त्यांनी आपले दुःख बाजूला ठेवून अहिल्याबाईंना सती न जाण्याची विनंती करू लागले.

---

*सहगमन* म्हणजे मृत पतीच्या चितेवर चढून जीव देण्याची मध्यकालीन क्लेशदायक प्रथा. याला चुकीने 'सती' म्हटले गेले. त्याचे 'widow-burning' असे चुकीचे इंग्रजी भाषांतर केले गेले. ही प्रथा ना वेदांमध्ये, ना धर्मसूत्रांमध्ये उल्लेखलेली आहे. मेधातिथीसारख्या विद्वानांनी याला स्पष्टपणे विरोध केला. असे असूनही भारताच्या काही भागांत आणि काही कुळांमध्ये ही प्रथा पाळली जात असे.

मल्हारराव म्हणाले, "बाई, तू मला पुत्रासारखी आहेस. मी असे समजेन की माझी सून गेली आणि मुलगा मागे राहिला. तूच माझी खरी उत्तराधिकारी आहेस. ह्या म्हाताऱ्याच्या जीवनात उन्हाळा करून जाऊ नकोस!" प्रेम आणि दूरदृष्टीने भरलेल्या या विनवणीने अहिल्याबाईंना शोक सागरातून बाहेर आणले.

त्या दुःखाच्या निर्णायक क्षणी, अहिल्याबाईंनी असा निर्णय घेतला ज्याने इतिहासाची दिशा बदलून टाकली. त्यांनी वैयक्तिक वेदनेपेक्षा कर्तव्याला महत्व देत, राजधर्म पाळला! अहिल्याबाईंनी मागे राहून माळव्याला गरज असलेला, किंबहुना संपूर्ण भारताला अत्यंत आवश्यक असलेला नेता होण्याचा मार्ग निवडला.


# राणीचे प्रशिक्षण

अहिल्याबाई आता शासक होण्याच्या मार्गावर होत्या. वाचकांना प्रश्न पडू शकतो की — मराठे एका स्त्री नेतृत्वासाठी तयार होते का? स्त्रीचे नेतृत्व, तेही अशा क्षेत्रात जिथे भारतातच काय, पण जगभरात पुरुषांचं वर्चस्व होते. अशा परिस्थितीत अहिल्याबाईंना नेता म्हणून स्वीकारलं जाईल का? मागे, रझिया सुलतानाने दिल्लीतून राज्य केले होते. तिच्या राज्यारोहणाला सरदारांनी विरोध केला होता. तिचे पुरुषांसारखे कपडे परिधान करणे, तिचे घोड्यावर बसणे, राजाप्रमाणे हत्तीवर बसणे, चेहऱ्यावर नकाब न घेणे, दरबारात पडदा मागे न बसणे यावर नाराजी व्यक्त केली जात असे. त्यांच्या विरोधामुळे ती केवळ चार वर्ष राज्य करू शकली. इस्लामी राजवटीत 'सुलताना'ला इतकीच किंमत होती. हिंदू इतिहास वेगळा होता ...

आपण हे समजून घ्यायला हवं की अहिल्याबाई अनवट मार्गावर पाऊल टाकत नव्हत्या. भारताच्या इतिहासात अनेक महान स्त्री शासिका होऊन गेल्या होत्या. काकतीयांची रुद्रमादेवी, उल्लालची राणी अबक्का, गोंडवानाची राणी दुर्गावती, गढवालची राणी कर्णावती आणि अगदी मराठ्यांमधली राणी ताराबाई — या सर्वांनी सैन्याचं नेतृत्व केलं, राज्य कारभार सांभाळला, न्यायनिवडा केला आणि प्रजेचा विश्वास मिळवला आणि कैक दशके उत्तम राज्य केले होते.

अशा सशक्त स्त्री नेतृत्वाच्या परंपरेत अहिल्याबाई सामील होणार होत्या — एक अपवाद म्हणून नव्हे, तर या परंपरेच्या वारसदार म्हणून. साध्या पांढऱ्या रंगाच्या साडीमध्ये, त्या दरबारात आपल्या स्थानावर विराजमान झाल्या. त्यांचं हे अस्तित्वच मुळी हिंदू परंपरेतील स्त्रीशक्तीला दिल्या गेलेल्या मानाचे प्रतीक होतं.

राज्यकारभाराची जबाबदारी अहिल्याबाईंच्या खांद्यावर अगदी सुरुवातीच्या काळातच येऊन पडली होती, कारण मल्हारराव आणि खंडेराव हे बहुतेक वेळा लष्करी मोहिमांमध्ये व्यग्र असत. त्या मल्हाररावांसोबत अनेक मोहिमांवर गेल्या आणि लढाईचे नीती-तंत्र शिकल्या. त्यांना घोडसवारी, तलवारबाजी, तोफखाना निर्मिती, प्रशासन, अर्थशास्त्र, करप्रणाली इत्यादींचे प्रशिक्षण मिळाले.

मल्हारराव कोणत्याही मोहिमेवरून परत आल्यावर जे जे सांगत, ते सगळे अहिल्याबाई बारकाईने ऐकत. एखाद्या टीपकागदाप्रमाणे त्या प्रत्येक गोष्ट आत्मसात करत. सुभेदारांनी त्यांच्यावर टाकलेली प्रत्येक जबाबदारी त्यांनी कौशल्याने, सचोटीने आणि न्यायाने पार पाडत. त्यांच्या कर्तबगारीमुळे, प्रामाणिकपणाने आणि सच्छील वर्तनामुळे, त्यांनी मल्हाररावांचे मन जिंकले. मल्हारराव देखील

अहिल्याबाईंची परीक्षा घेत, कधी कठोरपणे चूक दाखवून देत, पण त्यांचे आपल्या शिष्येवर पुत्रवत् प्रेम होते.

अहिल्याबाईंचे आणखी एक शिक्षण सुरू होते - ते होते रोजचे पुराणश्रवण. अंबादास पुराणिक यांच्या मार्गदर्शनात, इतिहास पुराणातील धडयातून अहिल्याबाईंची वैचारिक बैठक तयार झाली असे म्हणून शकतो. अंबादास पुराणिक एक विद्वान ब्राह्मण होते, जे पुढे अहिल्याबाईंचे आध्यात्मिक गुरु झाले. त्यांनी अहिल्याबाईंना गुरु-मंत्र दिला होता. कळत नकळत, ते अहिल्याबाईंचे राजकीय सल्लागार पण होते.

श्रुती, स्मृती, इतिहास, पुराणादी प्राचीन ग्रंथ — इतिहास, भूगोल, नीती आणि राज्यशास्त्राच्या ज्ञानाने परिपूर्ण आहेत. हेच ग्रंथ अहिल्याबाईंचे शिक्षक झाले. धर्म, अर्थ, काम आणि मोक्षाचे आकलन; तसेच तीर्थक्षेत्रांची माहिती आणि यात्रेचं महत्त्व — या सर्वांची माहिती अहिल्याबाईंना या हिंदू ज्ञानपरंपरेतूनच मिळवली.

अहिल्याबाईंच्या महानतेचं खरं मोजमाप त्यांच्या शिकलेल्या ज्ञानात नव्हे, तर त्या ज्ञानाच्या अमलबजावणीत होतं. जेव्हा त्यांनी माळव्याचा कारभार हाताळायला सुरुवात केली, तेव्हा त्यांनी शिकलेल्या गोष्टी अमलात आणण्यास सुरुवात केली.

## पानिपतची लढाई

मराठा शक्तीचा सूर्य सर्वोच्च बिंदूवर पोहोचला — अटकपासून कटकपर्यंत आणि पेशावर पासून तंजावर पर्यंत - मराठा साम्राज्य पसरले होते. १७५० च्या दशकात मल्हारराव होळकरांच्या फौजा भारतभर लढत होत्या, आणि प्रत्येक विजयासोबत त्यांचं प्रभावक्षेत्र वाढत होतं. उत्तर व मध्य भारतातून मराठा तिजोरीत खंडणी येत

होती. पेशव्यांकडून सुभेदारांवर मान-सन्मानांचा वर्षाव होत होता. मल्हारराव मराठा साम्राज्याची जणू तलवार झाले होते.

१७५८ मध्ये मराठ्यांचं स्वप्न कुठल्याही सीमांना जुमानत नव्हते. रघुनाथराव व मल्हारराव यांनी लाहोर जिंकलं, आणि नंतर पेशावरच्या पलीकडे असलेला अटकचा किल्ला देखील काबीज केला. ह्या विजयामुळे मराठा सत्ता थेट काबूलच्या दारापर्यंत पोहोचली. उत्तर भारतात मल्हाररावांच्या नावाचा दबदबा वाढला.

परंतु हा विजय फार काळ टिकणारा नव्हता. त्यावेळी वायव्य क्षितिजावर एक प्रचंड वादळ घोंगावत होते. १७६० मध्ये सिकंदराबादच्या लढाईत मल्हाररावांना अब्दालीच्या सैन्याकडून पराभव पत्करावा लागला. त्या पाठोपाठ, पराक्रमी वीर दत्ताजी शिंदे एका लढाईत धारातीर्थी पडले. त्यांचा मृत्यू येणाऱ्या संहाराचं लक्षण होतं...

लवकरच, धोकेबाज रोहिल्ला नजीब खानच्या आमंत्रणावरून अहमदशहा अब्दालीने दिल्लीकडे कूच केली. मातृभूमीला परकीय आक्रमणापासून वाचवण्यासाठी, मराठ्यांनी आपली संपूर्ण शक्ती एकवटली. सदाशिवराव भाऊ, मल्हारराव होळकर, शिंदे, जाट सरदार सूरजमल यांच्या पाठबळासह — अबदलीचा सामना करण्यासाठी सज्ज झाले.

सूरजमल जाट, मल्हारराव होळकर आणि सदाशिवराव भाऊ यांच्यात पुढील रणनीतीबाबत चर्चा चालू होती. सूरजमल यांचा सल्ला असा होता की, २,००,००० यात्रेकरू आणि जड सामान चंबळ नदीच्या अलीकडे सुरक्षित ठेवावं. मराठ्यांच्या पारंपरिक गनिमी काव्याच्या वापराबाबतही चर्चा झाली. मल्हाररावांचा अब्दालीविरुद्धचा गनिमी कावा अपयशी ठरल्याचे सदाशिवराव भाऊंनी निदर्शनास आणून त्यास विरोध केला.

पानिपतच्या मैदानावर जेव्हा दोन सैन्य भिडली, तेव्हा भूमी सुद्धा होऊ घातलेल्या संहाराच्या ओझ्याखाली दाबून गेली. युद्धाचं धूळधाण थांबली, तेव्हा मृत्यूचं भयावह दृश्य समोर आलं — सुमारे ३०,००० मराठे सैनिक धारातीर्थी पडले होते. माघार घेत असता अजून हजारो मराठा मारले गेले. नंतर शिबिरातील सामान्य स्त्री-पुरुषांवर अब्दालीच्या सैन्याने हल्ला चढवला. त्यामध्ये ५०,००० ठार, आणि २२,००० गुलाम म्हणून पकडले गेले.

त्यामधून वाचलेले मराठे, त्यांच्यासोबत असलेल्या स्त्रियांना घेऊन दिल्लीला परतले. पण अबदलीच्या भीतीने, त्यांनी लगेचच दिल्ली सोडली. उपाशी पोटी, थंडीत कुडकुडत आणि थकूनभागून चालत होते. त्यांना आश्रय मिळाला तो भरतपूरमध्ये – सूरजमल जाटकडे. तिथे मराठा सैनिकांच्या पोटात अन्नाचा तुकडा पडला.

या विनाशानंतर, शंभरहून अधिक लढाया जिंकलेले मल्हारराव होळकर टीकेचे धनी ठरले. दत्ताजीच्या संकटाच्या काळातील त्यांची अनुपस्थिती, नजीब खान आणि शुजाबद्दल दाखवलेली पूर्वीची सौम्यता, तसेच पानिपतच्या लढाईतून लवकर घेतलेली माघार — या सर्व बाबींवर प्रश्न केले गेले.

या आरोपांचं ओझं गौतमाबाईंना सहन झालं नाही. त्यांची तब्येत ढासळली आणि पानिपतच्या लढाईनंतर काही महिन्यांत त्यांचं निधन झालं.

पानिपतच्या घावाने महाराष्ट्र हदारून गेला असतानाच, दुःखानं आणखी एक बळी घेतला — नानासाहेब पेशवे. अवघ्या ४० वर्षांचे नानासाहेब या धक्क्याने कोसळले आणि लवकरच त्यांनी जगाचा निरोप घेतला. त्यांच्या मृत्यूने, मराठा साम्राज्याच्या केंद्रस्थानी नेतृत्वाचा आभाव निर्माण झाला. काबूल व कंदहारपर्यंत मराठा

सत्ता प्रस्थापित करण्याचं मराठा स्वप्न, पानिपतच्या मैदानावर विखरून गेले.

अब्दालीला सुद्धा विजयासाठी मोठी किंमत मोजावी लागली होती. त्याच्या ३०,००० सैनिकांचा मृत्यू झाला आणि त्याला कोणताही ठोस लाभ झाला नव्हता. काबूलमध्ये त्याचा पराभव झाल्याची अफवा पसरली होती. मराठ्यांच्या पराक्रमाने अचंबित झालेल्या अबदलीने दिल्ली माराठ्यांकडे सोपवली आणि जलदगतीने परतला. त्यानंतर अफगाण्यांनी पुन्हा कधीही सतलज नदी ओलांडली नाही.

मराठ्यांनी अब्दालींना कमजोर केले होते. त्याचा फायदा शिखांनी घेत, पुढच्या काही दशकांत अब्दालींच्या वारसदारांना पराभूत केलं, आणि खैबर खिंडीपर्यंत शीख साम्राज्य उभं राहिलं.

पण आत्ता या अंधारमय काळातही, पुनरुत्थानाचे बीज रोवले जात होते. नवीन पेशवे माधवराव, महादजी शिंदे, मल्हारराव होळकर, तसेच विसाजी कृष्ण आणि गणेश कानडेसारखे सेनापती पुन्हा उत्तर भारतात मराठा सामर्थ्य उभं करणार होते. ...पण त्या पुनरुत्थानासाठी अजून काही वर्षं वाट पाहावी लागणार होती.

## मराठा शक्तीचा पुनर्जन्म

नानासाहेब पेशव्यांच्या मृत्यूनंतर, त्यांचा सोळा वर्षांचा पुत्र माधवराव यास नवीन पेशवा म्हणून नियुक्त केले गेले. पानिपत नंतरच्या अंधकाराच्या खाईतून मराठा साम्राज्याला पुन्हा उभं करण्याचं प्रचंड दायित्व या असामान्य तरुणाच्या कोमल खांद्यावर होते.

पेशवा माधवराव, मल्हारराव होळकर आणि महादजी शिंदे यांनी हे शिवधनुष्य उचलले. मराठे पुन्हा एकेका लढाईत विजयी होऊन

शक्ती मिळवत होते. विशेष उल्लेखनीय होती १७६३ मधली निजामाविरुद्धची राक्षसभुवनची लढाई, ज्यात मराठ्यांनी मोठा विजय मिळवला.

अठराव्या शतकाच्या उत्तरार्धात, मराठ्यांनी एकेकाळी अखंड भारतावर पसरलेल्या मुघल साम्राज्याला केवळ दिल्लीच्या आसपासच्या प्रदेशापुरते मर्यादित करून टाकले!

मराठा साम्राज्याच्या विस्तारात, होळकर आणि शिंदे हे दोन सुभेदार निर्णायक ठरले. १७८८ पासून दिल्लीच्या लाल किल्ल्यावर मराठ्यांचा भगवा झेंडा अभिमानाने फडकू लागला.

# ३. राजर्षी अहिल्याबाई

## कालरेखा

**१७६६**: मालेराव यांची माळव्याचे सुभेदार म्हणून नियुक्ती.

**१७६७**: मालेरावांचे निधन.

अहिल्याबाई माळव्याचे नेतृत्व स्वीकारतात.

**१७६७–१७९५:**

अहिल्याबाई माळव्याचे प्रशासन चालवतात. त्यांच्या कारकीर्दीत शांती, समृद्धी आणि पुनर्बांधणीचा काळ अनुभवला जातो.

**१७७१**: मराठे दिल्ली जिंकतात.

**१७७२**: पेशवा माधवराव यांचे निधन.

**१७७३**: पेशवा नारायणराव यांची हत्या.

नाना फडणवीस पेशव्यांचे कामकाज सांभाळतात.

**१७७७**: काशीविश्वनाथ मंदिराच्या पुनर्बांधणीची सुरुवात

**१७८० चे दशक**: चंद्रावतांचे उठाव

**१७८२**: सोमनाथ मंदिराच्या पनर्बांधणीस सरुवात.

**१७९०**: अहिल्याबाईंचे नातू नाथोबा यांचे निधन.

**१७९१**: यशवंतराव आणि मुक्ताबाई यांचे निधन.

**१७९४**: महादजी शिंदे यांचे निधन.

**१७९५**: अहिल्याबाई होळकर यांचे निधन

मल्हारराव सतत रणांगणात व्यग्र असायचे. वेगवेगळ्या मोहिमा, वेढे आणि लढाया यातून त्यांना उसंत नव्हती. अलमपूरच्या छावणीत मल्हारराव आजारी पडले आणि त्यांनी शेवटचा श्वास घेतला. त्या वेळी त्यांच्या सोबत होता त्यांचा नातू, मालेराव. मालेराव आजोबांसोबत अनेक लष्करी मोहिमांमध्ये सहभागी होत असे. आत्ता सुद्धा मृत्यूसमयी मालेराव मल्हाररावांच्या जवळ उभे होते. संवेदनशील स्वभावाच्या मालेरावांना हा धक्का सहन झाला नाही. त्यातच माळव्याच्या नेतृत्वाची धुरा आता त्याच्या खांद्यावर येणार होती. ते ओझे मालेरावांना जड वाटत होते.

या परीक्षेच्या काळात, अहिल्याबाईंनी आपल्या मुलाचे पत्राद्वारे सांत्वन केले. त्यांनी मालेरावांना महाभारतातील विदुलेने संजयला दिलेला उपदेश सांगितलं ..

**"यावज्जीवं निराशोऽसि कल्याणाय धुरं वह ।**
**माऽऽत्मानमवमन्यस्व मैनमल्पेन बीभरः ।**
**मनः कृत्वा सुकल्याणं मा भैस्त्वं प्रतिसंहर ।।"**

- महाभारत, उद्योग पर्व, १३३.६

राणी विदुलेने आपल्या पुत्राला, संजयला सांगितलं होतं, "तू आयुष्यभर असाच शोक करत बसणार आहेस? उठ! कल्याणासाठी काही कृती कर. स्वतःच्या क्षमतेला कमी लेखू नकोस आणि क्षुल्लक यशात समाधान मानू नकोस. मोठे ध्येय ठेव, मन घट्ट कर आणि भीती न बाळगता ठाम उभा राहा. कष्ट करून कीर्ती संपादन कर. माझे आशीर्वाद सदैव तुझ्या पाठीशी आहेत." या प्राचीन शब्दांनी नवसंजीवनी दिली होती — अहिल्याबाईंनी त्यांच्या दुःखी पुत्राला लिहिलेल्या पत्रात -

"दुःख करून काही उपयोग नाही. तू आता स्वतःला सावर. मन राज्यकारभाराकडे लाव. आत्मविश्वास बाळग, संदेह सोडून दे. राज्यकारभार हाच तुझा धर्म आहे. त्या धर्माचे मनापासून पालन कर. मोठी स्वप्न पहा, मोठी उद्दिष्टं ठेव आणि ते साध्य करण्यासाठी सतत प्रयत्न कर. मी खात्रीने सांगते, यामुळे तुला अपार कीर्ती लाभेल. आजोबांच्या पावलांवर पाऊल ठेव आणि यशस्वी हो."

लवकरच मालेरावांना पेशव्यांकडून सुभेदारपदाची मानचिन्हं मिळाली. मालेराव गादीवर बसले खरे, पण त्यांचे चित्त राज्यकारभारात नव्हते. त्यांचे मन प्राण्यांमध्ये रमत असे. ते तास अन् तास हत्तींच्या पाग्यात घालवत. जनावरांच्या वेडापायी आणि कुसंगतीने त्यांना त्यांच्या कर्तव्यापासून दूर नेले.

एकदा संतापाच्या भरात मालेरावांनी एका निरपराध विणकरावर तलवार चालवली आणि त्याचा जीव घेतला. न्यायप्रिय अहिल्याबाईंनी त्या प्रकरणाची चौकशी लावली. सत्य बाहेर आलं — विणकर निर्दोष होता.

त्या दिवसापासून मालेरावांचा मानसिक ऱ्हास सुरू झाला. मृत विणकर त्यांच्या मानगुटीवर बसला. भय, अपराधगंड, आणि मानसिक अस्थिरता यामुळे मालेराव कोलमडून गेले. त्यांना झोप येईनाशी झाली, पोटात अन्न जाईनासे झाले. तो विणकर मला मारायला येणार असे त्यांच्या मनाने घेतले. केवळ २१व्या वर्षी, आणि कारकिर्दीच्या पहिल्याच वर्षात, मालेरावांनी या जगाचा निरोप घेतला. मागे वारस न ठेवता.

मल्हार रावांच्या निधनाला अजून एक वर्ष पण झाले नव्हते, त्यात होळकर परिवारावर हा प्रसंग कोसळला होता. मालेरावांच्या मृत्यूने होळकर संस्थान अराजकाच्या उंबरठ्यावर आले होते. एका

क्षणापर्यंत जे राज्य मराठा साम्राज्याचा बळकट आधार होते, ते अचानक वारसदाराशिवाय नेतृत्वहीन झाले होते.

अहिल्याबाईंनी आपल्या पुत्राला 'धर्माचे पालन' करण्याचा उपदेश केला होता. आता नियती त्यांच्या धैर्याची आणि कर्तव्यनिष्ठेची परीक्षा घ्यायला समोर उभी होती. दरबारी धास्तावले होते — पुढे काय होईल याकडे सगळ्यांचं लक्ष लागलेलं होतं.

पण पुन्हा एकदा, अहिल्याबाईंनी आपली कणखरता दाखवली. महाभारतातील शिकवण अहिल्याबाईंनी केवळ मुलाला दिली नव्हती ... पुराणातील शिकवणीने आणि धर्मग्रंथांतील आदर्शांनी अहिल्याबाईंना वैयक्तिक शोकावर मात करायची शक्ती दिली.

## युद्धाशिवाय जय

मालेरावांच्या निधनाने निर्माण झालेल्या अराजक परिस्थितीचा फायदा घेण्यासाठी अनेकजण पुढे सरसावले. अनेकांच्या आकांक्षा उफाळून आल्या होत्या. राजकारणातील डावपेच सुरू झाले होते. कदाचित अहिल्याबाई सगळी सूत्रे आपल्या हातात घेतील असे कोणाला वाटले नव्हते. पण राजधर्म हाच स्वधर्म हे ओळखून अहिल्याबाई खंबीरपणे उभ्या राहिल्या. या कठीण प्रसंगी याज्ञवल्क्यस्मृती मधील तत्वज्ञान अहिल्याबाईंना सांगत होते -

> **"उपायः साम दानं च भेदो दंड तथैव च।**
> **साम्यक् प्रयुक्तः सिद्धयेयुर् दण्डस् त्वगतिका गतिः॥"**
> *बोलणी, शिष्टाई, बक्षीस, लाच, फुट पाडणे, हे मार्ग वापरुन संकटांवर मात करावी. आणि सगळ्यात शेवटी शिक्षा किंवा युद्धाचा मार्ग वापरावा. हे चार मार्ग वापरुन संकटावर आणि शत्रूवर मात करता येते.*

दिवाण गंगाधरपंत एक प्रस्ताव घेऊन अहिल्याबाईंकडे आले —
"आपण एका मुलाला दत्तक घेऊन त्याला गादीवर बसवावे,
त्याच्यावतीने मी राज्यकारभार सांभाळीन." व्यवहार्य वाटावा
असाच उपाय होता, पण त्यामागचा हेतू सत्ताकांक्षेचा होता.
गंगाधरपंतांनी गुप्तपणे राघोबा दादांना एक आमंत्रण पाठवले होते.

राघोबा आधीच नाराज होते. मोठ्या भावाच्या – नानासाहेबांच्या
मृत्यूनंतर त्यांना डावलून वयाने लहान असलेल्या माधवरावांना
पेशवा केले गेले होते. ते त्यांच्या मनाला सलत होते. त्यात
गंगाधरपंत यांचे पत्र आले – "येथे माळव्यात होळकरांना वारसदार
नाही. ही सुभेदारी कोण सांभाळणार? श्रीमंतांनी येथे येऊन
परिस्थिती ताब्यात घ्यावी!"

राघोबांना ऐतीच संधी मिळाली होती. स्वतःचा प्रभाव वाढव-
ण्यासाठी कोणताही विचार न करता, फौज घेऊन ते माळव्याकडे
निघाले.

अहिल्याबाईंचं दुःख अजून ताजं होतं, पण त्यांची बुद्धी तीव्र होती.
फसवणुकीचा सुगावा लागताच, त्यांनी बाज पक्ष्याच्या चपळतेने
कृतीला सुरुवात केली. मराठा सरदारांशी संपर्क साधत, सर्वदूर
आपली बाजू मांडली. कोण जाणे, उद्या असा प्रसंग त्यांच्यावर
आला तर? आपण सर्व सरदार एकाच माळेतील मणी आहोत हे
सांगून मैत्रीची अपेक्षा केली. संकटकाळी त्या आपली स्थिती
मजबूत करत होत्या.

त्याचबरोबर, तुकोजीरावांना सेनापतीपद देण्यासाठी आणि स्वतःला
राज्यकारभार सांभाळण्याची अधिकृत परवानगी मिळवण्यासाठी
त्यांनी पत्राद्वारे माधवराव पेशव्यांची मान्यता मिळवली.

तुकोजीराव, मल्हाररावांचे दत्तक पुत्र होते, होळकर कुळातील होते. त्यांनी मल्हाररावांसोबत अनेक मोहिमा गाजवल्या होत्या. अहिल्याबाईंचे समवयस्क असूनही, नेहमीच त्यांना 'मातोश्री' म्हणून आदराने संबोधत असत.

अहिल्याबाईंनी माळव्याच्या संरक्षणाची जबाबदारी तुकोजीरावांकडे सोपवली. तुकोजीरावांच्या नेतृत्वात होळकर सैन्याने क्षिप्रा नदीच्या काठी छावणी टाकली. दुसऱ्या काठावर, राघोबांच्या मराठा फौजेने तळ ठोकला. संघर्षाचे वारे वाहू लागले.

त्यावेळी अहिल्याबाईंनी आपला अस्सल डाव उघड केला. एका वेगवान दूतासोबत राघोबांच्या छावणीत त्यांचा संदेश पोहोचला - "हे युद्ध जर तुम्ही जिंकलात, तर एका स्त्रीला हरवून तुम्हाला कोणतं नाव मिळणार? पण जर हरलात, तर एका स्त्रीकडून पराभूत झाल्याची बदनामी तुम्हाला झेलावी लागेल. मी जिंकले काय अथवा हरले काय, इतिहासात माझं नाव राहील. पण तुमचं काय? निकाल काहीही लागो, तो तुमच्यासाठी विनाशकारीच ठरेल."

माळव्यात घडवलेल्या कोणत्याही तलवारीपेक्षा या शब्दांची धार अधिक होती. राघोबांना पुढची परिस्थिती काय होईल ते दिसू लागले. त्या पत्राने त्यांना एकीकडे अपमान आणि दुसरीकडे पराजय दिसू लागला.

धुके वितळून जावे तसा सगळा तणाव क्षणात नाहीसा झाला. राघोबा आपली भूमिका बदलून म्हणाले की, ते केवळ दुःखात असलेल्या अहिल्याबाईंचं सांत्वन करण्यासाठी आले होते.

क्षिप्रा नदीच्या पवित्र जळात रक्ताचा एकही थेंब न सांडता, अहिल्याबाई विजयी ठरल्या होत्या. सौजन्याच्या भावनेतून, त्यांनी

राघोबांना सन्माननीय पाहुणे म्हणून इंदौरला येण्याचे आमंत्रण दिले. होळकर वाड्यात एकत्र पंगती झाल्या, चर्चा झाल्या, तेव्हा संभाव्य संकटाचे पडसाद मागे पडले आणि त्यांची जागा भविष्यातील शांततेच्या आशेने घेतली.

हा रक्तविरहित विजय, अहिल्याबाईंच्या राज्यकौशल्याचा जाहीर पुरावा ठरला. त्यांनी प्राचीन धर्मग्रंथांतील चार उपायांपैकी पहिले तीन उपाय प्रभावीपणे वापरले होते — साम (राघोबांना पाहुणे म्हणून दिलेले आमंत्रण), दान (राजकीय मैत्र्या), आणि भेद (शत्रूच्या मनात शंका पेरणारा संदेश). चौथ्या व अत्यंत महागडा उपाय, म्हणजे दंड (युद्ध), वापरण्याचे टाळले होते.

शहाणपण आणि संयमाने अहिल्याबाईंनी आपले स्थान सुरक्षित केले होते. तलवार न चालवता लढाया जिंकू शकणारी राणी अशी अहिल्याबाईंची ख्याती पसरली.

अहिल्याबाई होळकरांच्या कारकिर्दीला सुरुवात झाली होती...


## राज्यावर नियंत्रण

अहिल्याबाईंनी वेळ न दडवता राज्यकारभाराची सूत्रे हातात घेतली. त्यांनी तुकोजीरावांना इंदौरमध्ये सेनापती म्हणून नियुक्त केले. अहिल्याबाईंनी नर्मदेकाठी महेश्वर येथील किल्ल्यात आपले निवासस्थान हलवले. अहिल्याबाई तिथेच स्थायिक झाल्या, आणि संपूर्ण राज्यकारभार आणि खासगीचे व्यवहार त्यांनी तिथूनच पाहिले.

तुकोजीरावांनी युद्ध पहावीत, आणि अहिल्याबाईंनी राज्यकारभार चालवावा हे कामाचे व्यवस्थापन शेवटपर्यंत टिकणार होतं. अर्थात त्यांच्यामध्ये मतभेद पण होत असत. तुकोजीराव काही निर्णय

अहिल्याबाईंच्या सल्ल्याविना घेत. आर्थिक व्यवहारांमध्ये तर विशेष मतभेद निर्माण झाले. परंपरेनुसार, लष्करी मोहिमांतून मिळणाऱ्या खंडणीतील एक हिस्सा पेशव्यांना कर स्वरूपात, दुसरा हिस्सा लष्कराच्या खर्चासाठी आणि उरलेला हिस्सा राज्याच्या तिजोरीत जमा होणे अपेक्षित होते. पण तुकोजीरावांनी राज्याच्या दौलतीत भर घालण्याऐवजी तिजोरीतूनच खर्च करू लागले. यामुळे त्यांच्या मध्ये ताण निर्माण झाला होता.

हा तणाव शमण्यासाठी, तुकोजीरावांनी महादजी शिंदेंची मदत मागितली. महादजींनी अहिल्याबाईंची भेट घेतली आणि उन्मत्तपणे प्रस्ताव मांडला की ते आणि तुकोजीराव दोघे मिळून अहिल्याबाईंच्या सर्व अधिकारांवर ताबा मिळवू शकतात. यावर अहिल्याबाईंनी स्पष्ट शब्दांत इशारा दिला — तिच्या सत्तेवर डोळा ठेवणाऱ्यांना हत्तींच्या पायांशी बांधून रस्त्यावरून फरफटत नेले जाईल. ही प्रतिमा जितकी ठळक, तितकीच भीषण होती.

महादजींनी आपल्या शब्दूंतील चूक ओळखून तात्काळ माघार घेतली आणि पुन्हा कधीही अहिल्याबाईंच्या कारभारात हस्तक्षेप करण्याचे धाडस केले नाही. मात्र, तुकोजीरावांच्या बाबतीत असलेला प्रश्न कायम त्रास देत राहिला. नाना फडणवीसांना सुद्धा हा प्रश्न सोडवता आला नाही.

या आणि अशा आव्हानांना सामोरे जात, अहिल्याबाईंची सत्तेवरची पकड कधीही सैल झाली नाही. तुकोजीरावांकडे पद असले तरी खऱ्या अर्थाने राज्यकारभार अहिल्याबाईंच्याच हातात होता. अहिल्याबाईंनी राज्याधिकार मिळवला होता, त्यांच्या प्रज्ञेवर, धैर्यावर, प्रजेप्रती असलेल्या समर्पणावर आणि पेशव्यांप्रती असलेल्या निष्ठेच्या जोरावर. आणि म्हणूनच त्यांचा अधिकार नेहेमीच पूर्णपणे अबाधित राहिला.

या काळात अहिल्याबाईंचा राज्यकारभार आदर्श असाच होता. हाताखालील कर्मचाऱ्यांना अधिकार हस्तांतरित करूनही त्यावर नियंत्रण ठेवणे, विश्वास टकूनही सावध असणे, आणि कठोर असूनही क्रौर्य टाळण्याची क्षमता अहिल्याबाईंनी दाखवून दिली. महादजींना सुद्धा दिलेला इशारा तीव्र जरी असाल, तरी रक्तपात न घडवता आपले ईप्सित त्यांनी साध्य केले होते.

शब्दांनी युद्ध जिंकणाऱ्या, एका इशाऱ्याने सिंहासन सांभाळणाऱ्या अहिल्याबाईंनी अंतर्गत व बाह्य धोके समर्थपणे परतवले. त्यांनी आपली सत्ता नीतिने आणि न्यायाने दृढ केली.

अहिल्याबाई होळकर – नर्मदेसारखी लोकमता ठरली, विंध्यगिरीसारखी अचल ठरली, आणि कर्कवृत्ताने मर्यादित असलेल्या सूर्याप्रमाणे राजधर्माने बद्ध राहिली.

## चंद्रवतांचे बंड

अहिल्याबाई सत्तेवर येताच, रामपूरमधील चंद्रावंतांचा दबलेला असंतोष उसळला आणि त्याला बंडाचे रूप आले. उदयपूरच्या एका राजपुत्राने चंद्रावतांच्या मदतीने रामपूर वसवले होते. चंद्रावत नंतर तिथे स्थायिक झाले. पुढे राजा जय सिंह (जयपूर) यांचा पुत्र माधोसिंहने १७५९ मध्ये रामपूर सुभेदार मल्हारराव होळकरांना दिले. तेंव्हापासून चंद्रावतांच्या मनात नाराजी निर्माण झाली होती. मल्हारराव असे पर्यंत ते शांत राहिले, पण त्यांच्या निधनानंतर असंतोष उफाळून आला.

१७६८ मध्ये, सौहार्दाचे प्रतीक म्हणून अहिल्याबाईंनी चंद्रावतांना ३१ गावे देऊन शांती प्रस्थापित करायचा प्रयत्न केला. या सौजन्याने थोडा काळ शांतता टिकली. १७७१ मध्ये, तुकोजीरावांच्या

अनुपस्थितीचा फायदा घेत चंद्रावतांनी पुन्हा बंड पुकारले. सैन्य कमी असतानाही शरीफभाईच्या नेतृत्वाखाली अहिल्याबाईंच्या सैन्याने त्यांच्यावर विजय मिळवला. नेहमीप्रमाणे, अहिल्याबाईंनी त्यांना दंड न करता त्यांच्याशी तह केला.

तरीसुद्धा बंडाची ठिणगी पुन्हा पुन्हा पेटत राहिली. पुढील उठाव लक्ष्मण तांडेलच्या नेतृत्वाखाली अहिल्याबाईंच्या सैन्याने दडपला. यानंतर पुन्हा तह करण्यात आला आणि चंद्रावतांना ७,००० रुपयांची अनुदानरूप रक्कम देण्यात आली.

१७८७ मध्ये चंद्रावतांनी राजपुतांशी हातमिळवणी करून युद्ध पुकारले. या युद्धाचे नेतृत्व अबाजीपंत आणि राघो रणछोड यांनी केले. अहिल्याबाईंनी शिंदेंकडून मदत घेतली आणि आपल्या भावाला, तुळाजी शिंदेंना सुद्धा सैन्य घेऊन पाठवले. यावेळी मात्र संपूर्ण विजय मिळवूनच बंड मोडून काढले. काही बंडखोरांना मृत्युदंड देण्यात आला, काहींना तुरुंगात टाकले गेले, खंडणी गोळा करण्यात आली आणि चांगल्या वर्तनाची हमी घेऊन मगच युद्ध थांबले.

ही संघर्षांची मालिका, अहिल्याबाईंच्या कारकीर्दीतील एकमेव मोठी लढाई होती. अहिल्याबाईंच्या नेतृत्वाचे प्राथमिक धोरण शांतता स्थापन करणे हेच होते. राजनैतिक संवाद आणि सामोपचारातून शांतता साधण्याचा प्रथम प्रयत्न असे. मात्र गरज पडल्यास, त्यांनी तलवार उचलण्यास कधीही मागेपुढे पाहिले नाही. विशेष म्हणजे, अहिल्याबाई प्रत्येक लढाईनंतर न्याय्य तह करत ज्याची कलमे कठोर नसत. त्यामधून अहिल्याबाई अल्पकालीन सूडापेक्षा दीर्घकालीन स्थिरतेसाठी कटिबद्ध असल्याचे दिसून येते.

## धर्माधारित राज्यकारभार

अहिल्याबाईंच्या राज्यकारभाराचा पाया प्राचीन राजधर्माच्या संकल्पनेवर आधारित होता – राजाची कर्तव्ये आणि जबाबदाऱ्या सांगणारा धर्म होता. रामायण, महाभारत आणि पुराणांमधून मांडलेला हा धर्म राज्यकारभारासाठी एक न्यायपूर्ण आणि प्रभावी चौकट पुरवते.

अहिल्याबाई दररोज वरील ग्रंथ वाचत आणि ती शिकवण आपल्या राज्यकारभारात अमलात आणत असत. त्यांच्याच शब्दात राजधर्माचा सारांश आपल्याला दिसतो – **"सरकार म्हणजे केवळ शासक नाही, तर माय-बाप असायला हवे."**

अहिल्याबाईंचा हा दृष्टिकोन कौटिल्यच्या अर्थशास्त्रात पण दिसतो -

> **प्रजा-सुखे सुखं राज्ञः प्रजानां च हिते हितं ।**
> **नऽत्म-प्रियं हितं राज्ञः प्रजानां तु प्रियं हितं ॥**
> *राजाचे सुख आणि कल्याण प्रजेच्या सुखात आणि कल्याणात असते. राजाचे सुख किंवा त्याच्या आवडी निवडी महत्त्वाच्या नसतात, तर प्रजेच्या हितातच त्याचे हित असते.*

अहिल्याबाईंना कधीही शासन करणे हा अधिकार अथवा सन्मान वाटला नाही. त्यांना शासन करणे ही एक देवदत्त जबाबदारी वाटत असे. त्या म्हणतात - **"ही संपत्ती माझ्या मालकीची नाही; ती योग्य मालकापर्यंत पोहोचवणे हे माझे कर्तव्य आहे."**

राजसत्ता म्हणजे – उपभोग घेणे, राज्यावर मालकी हक्क समजणे, अधिकार गाजवणे – असे नसून, राजसत्ता म्हणजे जनसेवा आहे हेच इतिहास आणि पुरणांनी शिकवले.

भारतीय राजधर्माच्या कल्पनेच्या अगदी विरुद्ध अशी संकल्पना युरोप मध्ये प्रचलित होती. तेथील Doctorine of Divine Rights

(राजांचा दैवी अधिकार) ची संकल्पना होती. याद्वारे युरोपमधील राजांवर कोणतीही जबाबदारी नव्हती, केवळ अधिकार होते. अनेक शतके अशीच प्रथा रूढ होती. राजांवर कुणाचाही अंकुश नव्हता, आणि त्यांच्याकडून कोणत्याही कर्तव्याची अपेक्षा नव्हती.

यामुळे बहुतेक राजांनी - ऐषारामी जीवन जगण्यात, मोठमोठे राजमहाल उभारण्यात, प्राण्यांच्या शिकारी करण्यात, अपार संपत्ती जमावण्यात आणि विलासी जीवन जगण्यात धन्यता मानली. अनेकांनी त्यांना विरोध करणाऱ्या नागरिकांचा छळ केला, स्वतःच्या प्रजेवर अन्याय केला आणि धार्मिक विस्तारासाठी शेजारच्या राज्यांवर आक्रमणे केली.

या 'Divine Rights' विरोधात उभ्या राहिलेल्या चळवळीतून 'Human Rights' अथवा मानवी हक्कांची संकल्पना उदयास आली आणि दुसऱ्या महायुद्धानंतर, १९४८ मध्ये, तिला विशेष महत्त्व प्राप्त झाले. तसेच कल्याणकारी राज्य (Welfare State) ची कल्पना १९४०च्या दशकात मंडळी गेली.

तोपर्यंत, म्हणजे २०व्या शतकाच्या मध्यापर्यंत युरोप मध्ये कल्याणकारी राज्याची कल्पनेचा आभाव धार्मिक, लौकिक आणि सामाजिक साहित्यात होता. तेथील लोककथांमध्ये पण प्रजावत्सल राजे दुर्मीळ होते. अनुकरणीय उदाहरणांचा अभाव आणि धार्मिक ग्रंथात (Bible, Genesis 1:26-28) तसेच पोपच्या आज्ञेत (Inter caetera, Papal Bull, May 1493) 'राज्य करा, अधिकार गाजवा' सांगितल्याने, जनतेच्या हितासाठी काम करणारे राजे विरळा होते – आणि जे होते, त्यांनी स्वतःचे स्वतःला तसे घडवले होते.

युरोपियन लोककथांमधील राजे सुद्धा जनतेपासून दुरावलेले असत. त्यामुळे लोककथांमध्ये रॉबिन हूडसारख्या व्यक्तींची निर्मिती झाली – जे श्रीमंतांकडून बळजबरीने संपत्ती लुटून गरीबांत वाटायचे.

भारतातले चित्र मात्र वेगळे होते – धार्मिक ग्रंथांनी राजाची कर्तव्ये सांगितली, आदर्श राजांची चरित्रे लिहिली. 'सिंहासन बत्तीसी' सारख्या लोककथांनी सुद्धा आदर्श राजांचे गुण सांगितले. त्यातून प्रेरणा घेऊन अनेक प्रजावत्सल शासक इथे घडले. अहिल्याबाईंनी सुद्धा ते आदर्श गुण अंगिकारले आणि एक कल्याणकारी राज्य (welfare state) स्थापन केले.

अहिल्याबाईंचा वात्सल्यपूर्ण राज्यकारभार पाहून इंग्रज अधिकारी सर जॉन मॅल्कम आणि स्कॉटिश कवयित्री जोआन बेली सुद्धा अचंबित झाले होते. त्यांनी असा शासक कधीच पाहिला नव्हता – जो श्रीमंतापासून गरीबापर्यंत त्याच्या राज्यातील सर्वांच्या कल्याणाला प्राधान्य देत होता.

अहिल्याबाई होळकर म्हणजे मूर्तिमंत राजधर्म होता असे म्हटले तर वावगे ठरणार नाही. बंड शमवणे असो की दररोजच्या कारभाराचे सुयोग्य नियोजन – अहिल्याबाईंनी दाखवून दिले की हे आदर्श केवळ ग्रंथांतील गोष्टी नाहीत, तर प्रत्यक्ष व्यवहारात आणता येतील अशी प्रभावी मूल्ये आहेत.

अहिल्याबाईंचा कर्तव्याबद्दलचा दृष्टिकोन भागवत पुराणातील रांतिदेव राजाच्या इच्छेचे प्रतिबिंब वाटतो:

**"न त्वहं कामये राज्यं न स्वर्गं नापुनर्भवम् ।**
**कामये दुःखतप्तानां प्राणिनामार्तिनाशनम् ॥"**

*राजा रंतिदेव म्हणाला, "हे विष्णु! मला जिवंतपणी राज्याची इच्छा नाही, आणि मृत्यूनंतर स्वर्ग मिळवा अशीही इच्छा नाही. माझं एकच स्वप्न आहे – माझ्या राज्यातील सर्व जीवांचे (माणसांचे, प्राण्यांचे, समस्त सजीवांचे) दुःख दूर व्हावे."*

# प्रभावी राज्यकारभार

चाणक्यने अर्थशास्त्रात राज्यतंत्राची सात अंग सांगितले आहेत. नंतरच्या विचारवंतांनी देखील पुन्हा तेच सांगितले. उदाहरणार्थ रामचंद्रपंत आमात्य यांनी 'आज्ञापत्र' या ग्रंथात त्याचा पुनरुच्चार केला आहे. रामचंद्रपंत हे छत्रपती शिवाजी महाराजांचे अमात्य आणि समर्थ रामदास स्वामींचे शिष्य होते, ते एक कुशल मंत्री व पराक्रमी योद्धा होते. त्यांनी आपल्या शेवटच्या काळात हा ग्रंथ लिहिला, ज्यामध्ये त्यांनी छत्रपतींच्या राज्यकारभाराचे वर्णन छत्रपतींच्या आदेशांच्या रूपात लिहिले आहे.

चाणक्यच्या मते आणि आज्ञापत्रात नमूद केलेली ही सात अंगे आहेत – स्वामी, आमात्य, राष्ट्र, दुर्ग, कोष, दंड आणि मित्र. व्ही. व्ही. ठाकूरांनी "Life and life's work of Shri Devi Ahilya Bai Holkar" या पुस्तकात अहिल्याबाई होळकर यांच्या कारभाराचा या सात आंगांवर आधारित अभ्यास मांडला आहे.

## १. स्वामी (राजा):

सुभेदारपद जरी तुकोजीरावांना लाभले असले, तरी राज्यकारभार अहिल्याबाईंच्या हातात होता. त्यांच्या दैनंदिन कामकाजात एका कार्यक्षम राजाची झलक दिसते. त्यांना आपल्या प्रदेशाची सखोल माहिती होती तसेच परराष्ट्र व गृहकारभाराची उत्तम समज होती. पेशव्यांच्या प्रती अहिल्याबाईंची निष्ठा आणि मराठा साम्राज्यातील ऐक्य टिकवण्याची त्यांची भूमिका हे त्यांच्या दूरदृष्टीचे द्योतक होते.

## २. आमात्य (मंत्री):

अहिल्याबाईंचा दरबार हा अनुभव आणि नवे विचार यांचा सुंदर समन्वय होता. चंद्रचूड आणि पळशीकर यांसारखे मल्हाररावांच्या काळातील जुने मंत्री अनुभवाचा वारसा घेऊन आले होते. तर

मुकुंदराव आणि गोविंदपंत गानू यांसारखे नवीन मंत्री नवीन ऊर्जा घेऊन आले. अहिल्याबाई मात्र सर्वांचा सल्ला ऐकून मग स्वत: निर्णय घेत असत. त्यांची कार्यपद्धती संतुलित आणि विचारी होती. एकीकडे सहकार्याने आणि दुसरीकडे निर्णायक नेतृत्व हे त्यांच्या यशस्वी कारकिर्दीचे मर्म होते.

## ३. राष्ट्र (प्रजा):

प्रजाजनांचे कल्याण हे अहिल्याबाईंच्या राज्यकारभाराचे मुख्य ध्येय होते. माळवा आणि त्याच्या बाहेरील लोकांसाठी सुद्धा त्यांनी अन्न, वस्त्र, पाणी आणि उपजीविकेची सोय केली. विशेष म्हणजे, मध्य भारतात दुष्काळांनी थैमान घातले असता, त्यांच्या कारकिर्दीत माळवा मात्र दुष्काळापासून सुरक्षित राहिला. अहिल्याबाई आपल्या प्रजेच्या थेट संपर्कात असत, कोणतीही व्यक्ती त्यांच्याकडे मदतीसाठी किंवा न्याय मागण्यासाठी पोहोचू शकत होती – यामुळे शासक आणि प्रजा यांच्यात कृत्रिम अंतर नव्हते.

## ४. दुर्ग (किल्ले):

अहिल्याबाईंच्या काळात किल्ल्यांचे लष्करी महत्त्व कमी झाले होते. पण होळकरांकडे असलेल्या गडांची देखभाल करून त्यांना सुस्थितीत ठेवले. महेश्वर, चांदवड, असीरगड आणि इतर किल्ले हे होळकर सत्तेचे प्रतीक होते. १७६७ मध्ये त्यांनी आपला निवास महेश्वर किल्ल्यात हलवला होता.

## ५. कोश (खजिना):

अहिल्याबाईंच्या धोरणांनी व्यापार आणि उद्योगाला चालना दिली. व्यापाऱ्यांसाठी प्रवास सुरक्षित केला, नव्या व्यवसायांसाठी अल्प व्याज दराने कर्ज दिले आणि कृषीच्या सुविधांमध्ये सुधारणा केली. या उपाययोजनांमुळे प्रजेला लाभ झाला आणि राज्याच्या खजिन्यातही भर पडली.

**६. दंड (सेना / न्याय / कायदा आणि सुव्यवस्था):**

अहिल्याबाईंनी हत्ती, घोडे युक्त एक सुसज्ज सेना उभारली होती. मल्हाररावांच्या काळात त्यांनी ग्वाल्हेर येथे एक तोफांचा कारखाना स्थापन केला होता. इंग्रजांचा वाढता धोका लक्षात घेऊन, त्यांनी आपल्या सेनेच्या प्रशिक्षणासाठी युरोपियन प्रशिक्षकांची नेमणूक केली होती. त्यांनी सैन्यशक्तीचा वापर अत्यंत विचारपूर्वक केला – जिथे शक्य असेल तिथे राजनैतिक उपायांची निवड केली, आणि गरज पडेल तेंव्हा सशस्त्र हल्ले करण्यास मागेपुढे पाहिले नाही.

**७. मित्र (मित्र राष्ट्रे / सहयोगी):**

अहिल्याबाईंनी भारतभर विविध राज्यांमध्ये – हैदराबादपासून लखनौपर्यंत आणि दिल्लीपासून पुण्यापर्यंत – आपले राजदूत नेमले होते. अहिल्याबाईंवर इतका विश्वास होता, की इतर राजघराण्यातील वाद पण त्यांच्याकडे मिटवण्यासाठी येत असत. इंग्रजांचा धोका अहिल्याबाईंनी फार आधी ओळखला होता. सर्व भारतीय राज्यांनी या सामायिक शत्रूविरुद्ध एकत्र येण्याचे त्यांनी केलेले आवाहनात त्यांची दूरदृष्टी दिसते.

अहिल्याबाईंचे राज्य प्रशासनाच्या सातही अंगांचे सजीव उदाहरण होते. त्यांनी शौर्य आणि मुत्सद्देगिरी, आर्थिक समृद्धी आणि सामाजक कल्याण, वैयक्तिक नेतृत्व आणि सामूहिक निर्णय यांच्यात समतोल राखत माळव्याच्या इतिहासात एक सुवर्णयुग निर्माण केले.

**"तेन धर्मोत्तरश्चायं कृतो लोको महात्मना**
**रञ्जिताश्च प्रजाः सर्वास्तेन राजेति शब्द्यते"**
*त्या महात्म्याने संपूर्ण जगात धर्माची स्थापना केली. त्याने आपल्या प्रजेला आनंद दिला, त्यांचे रंजन केले म्हणूनच त्याला 'राजा' म्हटले गेले. - महाभरत, शांती पर्व ५८.१३३*

महाभारतातील ही प्राचीन शिकवण अहिल्याबाईंच्या राज्यकारभारात प्रत्यक्ष दिसून येते. त्यांचा कारभार केवळ कायदा आणि सुव्यवस्था राखण्यापुरता मर्यादित नव्हता, तर तो प्रजेच्या हितासाठी होता.

मुघलांच्या काळात सर्व कामकाजसाठी सामान्य लोकांवर फारसी भाषा लादली गेली होती. (नंतर इंग्रजांनी इंग्रजी लादली.) अहिल्याबाईंनी मात्र आपल्या प्रजेची भाषा स्वीकारली. त्या स्वत: मराठी भाषिक असूनही, त्यांनी माळव्याच्या हिंदी / खडी बोली बोलणाऱ्या जनतेवर आपली भाषा लादली नाही. अहिल्याबाईंचा राज्यव्यवहार जनतेच्या भाषेत चालला. जनतेच्या गराजांची जाणीव त्यांच्या राज्यकारभाराच्या प्रत्येक पैलूमध्ये दिसते.

अहिल्याबाईंचे प्रत्येक आदेश "श्री शंकर आज्ञेवरून" या शब्दांनी सुरू होत असे. तसेच त्यांच्या नाण्यांवर शिवलिंग व बेलपत्राचे अंकन केले असे. यामधून 'राज्य करणे ही ईश्वराची सेवा आणि भक्ती' असल्याची श्रद्धा होती हे लक्षात येते.

## राज्याची आर्थिक घडी

अहिल्याबाईंचे अर्थव्यवस्थेवरील प्रभुत्व हा फारसा ज्ञात नाही. त्यांना महाभारतातील "सर्व कार्याचे मूळ अर्थ (धन) आहे" या तत्त्वाचे महत्त्व समजले होते असेक वाटते –

> **"धर्मः कामश्च स्वर्गश्च हर्षः क्रोधः श्रुतं दमः**
> **अर्थादेतानि सर्वाणि प्रवर्तन्ते नराधिप"**
> *धर्म (कर्तव्याचे पालन), काम (सुखच उपभोग), स्वर्ग, आनंद, राग, ज्ञान व इंद्रियसंयम – हे सर्व अर्थातूनच प्राप्त होतात. जसे नद्या पर्वतांमधून उगम पावतात, तसेच धर्माचा उगमही अर्थातून होतो.* — महाभारत, शांतिपर्व, ८.२२–२३

अहिल्याबाईंची कठोर आर्थिक शिस्त त्यांच्या कुटुंबाला पण लागू होती. एकदा पती खंडेरावांनी जेंव्हा ठरलेल्या मर्यादेच्या पलीकडे खर्च केला, तेंव्हा त्यांनी अधिक रक्कम देण्यास नकार दिला. तसेच सासऱ्यांनी एका धार्मिक कार्यासाठी दौलतीमधून केला होता, तो खर्च अहिल्याबाईंनी खासगी म्हणून वर्गीकृत करण्यास सांगितले.

अहिल्याबाईंचे दानकार्य, जनकल्याण योजना, भिल्ल समाजासाठीचे सहानुभूतीपूर्ण धोरण, तसेच कृषी क्षेत्रातील सुधारणा — या सर्वांचा परिणाम अर्थव्यवस्थेच्या वृद्धीवर झाला.

अहिल्याबाईंची अर्थनीती आणि दानधर्म केवळ वैयक्तिक परोपकारापुरते मर्यादित नव्हते. व्यापाऱ्यांना कमी व्याजदराने कर्जे देऊन त्यांनी व्यापाराला चालना दिली आणि राज्याचे वार्षिक उत्पन्न ६५ लाखांवरून १.५ कोटी रुपयांपर्यंत वाढवले. भूधारणेत आणि करव्यवस्थेत केलेल्या सुधारणांमुळे अर्थव्यवस्था बळकट झाली.

## कल्याणकारी राज्य

अहिल्याबाईंच्या कारकिर्दीत स्त्रीधन या संकल्पनेला एक भव्य आणि अर्थपूर्ण स्वरूप मिळाले. सुरुवातीला गौतमाबाईंसाठी स्थापन करण्यात आलेल्या खासगीचा उपयोग, अहिल्याबाईंनी समाजोपयोगी कार्यासाठी प्रभावीपणे केला. गौतमाबाईंचा मृत्यू झाला तेंव्हा, त्यांनी या खात्यात १६ कोटी रुपये ठेवले होते. या संपत्तीचा उपयोग वैयक्तिक विलासासाठी, अथवा उपभोगांसाठी न करता, अहिल्याबाईंनी खासगी संपत्तीचा विनियोग मंदिरांचे बांधकाम, जनकल्याण योजना आणि सार्वजनिक कामांसाठी केला, हे विलक्षण आहे.

स्त्रीधनाचा योग्य उपयोग कसा करावा याचा आदर्श गौतमाबाईंनी आणि नंतर अहिल्याबाईंनी रामायणातील कौसल्येप्रमाणे केला. वनात जायला निघताना लक्ष्मणाने रामाला सांगितले होते की –

> **"कौसल्या बिभृयात् आर्या सहस्रम् अपि मद्विधान् ।**
> **यस्याः सहस्रम् ग्रामाणाम् सम्प्राप्तम् उपजीवनम् ।।"**
> *कौसल्या मातेला हजार गावांचे उत्पन्न मिळते. त्या उत्पन्नाचा उपयोग माता हजारो शरणागतांचे पालनपोषण करण्यासाठी करते. – वाल्मिकी रामायण २.३१.२०*

कौसल्यादेवीप्रमाणेच गौतमाबाई आणि अहिल्याबाईंनीही आपल्या वैयक्तिक संपत्तीचा उपयोग लोककल्याणासाठी केला.

पुरवलेली मदत योग्य लाभार्थींना मिळावी याची खात्री करण्याच्या बाबतीत अहिल्याबाई कठोर असत. त्यांचे दान सत्पात्री होते — ज्याला मदत केली आहे, निधी दिला आहे, त्याचा योग्य उपयोग होईल, अशांनाच ते दिले जात असे.

अहिल्याबाईंनी गोविंदपंत गानू यांची खासगी खात्याचे व्यवस्थापक म्हणून नियुक्ती केली होती. योग्य व्यक्तीस योग्य जबाबदारी देण्याचे हे त्यांचे कौशल्य होते. गोविंदपंतांच्या नेतृत्वात खासगी निधींचा वापर अचूक आणि विचारपूर्वक केला गेला.

## शैक्षणिक उपक्रम

जनतेच्या शिक्षणाच्याबाबतीत अहिल्याबाईंनी भागवत पुराणातील या मौल्यवान तत्त्वाची जाणीव ठेवली होती असे वाटते —

> **"य उद्धरेत्करं राजा प्रजा धर्मेष्वशिक्षयन्।**
> **प्रजानां शमलं भुङ्क्ते भगं च स्वं जहाति सः॥"**
> *जो राजा प्रजेकडून केवळ कर वसूल करतो, पण त्यांना धर्म व सदाचरण शिकवत नाही, तो त्यांच्या पापात भागीदार होतो आणि आपली कीर्ती गमावतो. - भागवत पुराण १.२१.२४*

अहिल्याबाईंनी साक्षरतेला प्रोत्साहन दिले, शिक्षणासाठी संस्कृत पाठशाळा स्थापन केल्या आणि प्राचीन ग्रंथांच्या अभ्यासाला उत्तेजन दिले. त्यांनी वाराणसीमध्ये ब्रह्मपुरी नावाची वसाहत स्थापन केली, जिथे विद्वान ब्राह्मणांना वसवले. हे ब्राह्मणांनी आपले आयुष्य अध्ययन व अध्यापनासाठी समर्पित केले होते. ज्ञानाचे जतन, प्रचार आणि प्रसार करण्यासाठी हा एक दूरदृष्टीपूर्ण उपक्रम होता.

अहिल्याबाईंनी पंडितांना आणि निष्णात वैद्यांना महेश्वरमध्ये आमंत्रित करून त्यांचा सत्कार केला. जेव्हा कोणी विद्वान वाराणसीला – जे विद्या आणि साधनेचे केंद्र होते – जाण्याची इच्छा दर्शवत, तेव्हा त्यांच्या प्रवासाची सर्व व्यवस्था अहिल्याबाई आदराने करत असत.

वैयक्तिक पातळीवर अहिल्याबाई स्वत: सुद्धा रोज काही वेळ वाचन – पठण – श्रवणसाठी काढत असत. त्यांच्या ग्रंथसंग्रह मोठा होता, तसेच त्या ग्रंथांचा त्यांचा रोजचा अभ्यास होता. त्या केवळ स्वत: वाचन करीत असे नाही, तर सामूहिक पुराणवाचनाचे आयोजन करत असत. असा आदर्श त्यांनी निर्माण केल्याने त्यांचे दरबारी सुद्धा विद्वानांचा सत्कार करू लागले, त्यांना आपल्या घरी आमंत्रित करू लागले आणि सामूहिक पुराणकथनाचे आयोजन करू लागले. याद्वारे अहिल्याबाईंच्या संपर्कात आलेले लोक सुद्धा आपल्या परीने शैक्षणिक उपक्रमांसाठी दान देऊ लागले.

## न्यायव्यवस्था

अहिल्याबाईंच्या कारकिर्दीचे एक ठळक वैशिष्ट्य म्हणजे त्यांची आदर्श न्यायव्यवस्था. मानवी स्वभावाचे सखोल ज्ञान, न्यायप्रियता आणि प्रजेप्रती दायित्व या गुणांमुळे त्यांची न्यायसभा पीडित व अन्यायग्रस्तांसाठी आशेचा किरण होती.

अहिल्याबाई निष्पक्ष न्यायाधीश म्हणून ओळखल्या जात. त्यांच्या सल्ल्यासाठी विविध स्तरांतील लोक त्यांच्याकडे येत असत. त्यांच्या निर्णयांमध्ये अचूकता असल्याने वादग्रस्त प्रकरणात सुद्धा दोन्ही पक्षांना समाधानान मिळत असे. त्यांच्या दरबारात येणारे खटले विविध प्रकारचे असत — जमीन वाद, दत्तक प्रक्रियेचे वाद, आर्थिक तक्रारी, चोरी, दरोडे, आणि खूनासारखे गुन्हे सुद्धा. त्या प्रत्येक प्रकरणाकडे गांभीर्याने आणि न्याय्य दृष्टीने पाहत असत.

एका प्रसंगी, त्यांनी मालकीचे कागद बारकाईने तपासून अतिक्रमण करणाऱ्या जमींदाराकडून मूळ मालक मणिराम चौधरीकडे जमीन परत दिली. दुसऱ्या एका प्रसंगी, एका प्रवाशाला गावकऱ्यांनी कर्ज

दिले होते. प्रवासी परत गेला, पण कर्ज फेडले नाही. अहिल्याबाईंनी गावकऱ्यांना पैसे दिले आणि त्या प्रवाश्याकडून ते पैसे वसूल करण्यासाठी यंत्रणा कामाला लावली.

अहिल्याबाईंची न्यायसभा सर्वांना खुली होती, विशेषकरून स्त्रियांना. स्त्रियांच्या दुःखांप्रती अहिल्याबाई संवेदनशील होत्या, तसेच स्त्री-सन्मानाबाबतीत त्या दक्ष असत.

विधवांनी दत्तक मूल घेण्याविषयीची दोन प्रकरणे अहिल्याबाईंच्या सहृदय न्यायदानाची साक्ष देतात. दोन्ही प्रकरणांत अहिल्याबाईंनी सरकारी अधिकाऱ्याने त्यांच्याकडून आकरलेले मोठे शुल्क माफ केले. एका प्रकरणात तर त्यांनी अधिकाऱ्याला शिक्षा केली. विधवांना आर्थिक फटका न बसता, वारसाहक्क आणि कुलपरंपरा चालू ठेवण्याचा अधिकार प्राप्त करून दिला.

अहिल्याबाईंनी युद्धात धारातीर्थी पडलेल्या सैनिकांच्या विधवांना वस्त्रउद्योगात काम दिले. या कार्यामुळे त्या स्त्रियांना उपजीविका प्राप्त झाली आणि त्यांना सन्मानाने जगण्याची संधी मिळाली.

एकदा राघोबादादा आपल्या सैन्यासह उत्तरेला एका मोहिमेस जात असता त्यांनी माळव्यातील किरसाना गावातून आठ बैल नेले. जेंव्हा अहिल्याबाईंना ही गोष्ट कळली तेंव्हा त्यांनी त्या गावाला नुकसानभरपाई दिली. सरकारी अधिकाऱ्यांसाठी अथवा सरकारी कामासाठी रयतेला खर्च पडू नये, रयतेचे नुकसान होऊ नये या बाबतीत त्या दक्ष होत्या.

देवी अहिल्याबाईंच्या न्यायाची ख्याती माळव्याच्या सीमांपलीकडे पोहोचली होती. इतर संस्थानांतील राजे आपले अंतर्गत वाद सोडवण्यासाठी त्यांच्या सल्ला घेत, ही गोष्ट त्यांच्या न्यायबुद्धी आणि निष्पक्षतेचा पुरावा आहे.

अहिल्याबाई प्रजेच्या कल्याणाविषयी सतर्क असत, प्रजेची काळजी त्या आपल्या मुलांप्रमाणे घेत असत. त्यांच्या या मायेच्या दृष्टीचे प्रतिबिंब त्यांच्या प्रशासनात दिसते.

## भिल्लांचा प्रश्न

अहिल्याबाईंचे प्रशासन मानवतावादी होते. विशेषतः भिल्ल, गोंड, रामोशी आदि या समाजाच्या बाबतीत त्यांचा दृष्टिकोण वाखणण्या सारखा आहे. निमाड आणि खानदेश परिसरात गुन्हेगारीसाठी कुप्रसिद्ध असलेल्या या जमातींमुळे कायदा आणि सुव्यवस्थेस मोठे आव्हान निर्माण झाले होते.

पेशव्यांनी माळवा घेतल्यावर, त्यांनी कठोर शिक्षा देऊन हा प्रश्न सोडवण्याचा प्रयत्न केला. मात्र, त्याचा फारसा फायदा झाला नाही. अहिल्याबाईंनी कारभार हातात घेतला, तेव्हा त्यांनी यशवंतराव फणसे आणि सातवाजी पायकवाड यांच्या नेतृत्वाखाली या समाजकंटकांविरुद्ध सैनिकी कारवाई आवालंबली. परंतु लवकरच त्यांना देखील या मार्गाची निष्फळता समजली.

अहिल्याबाईंसाठी यांच्यापासून प्रजेला होणारा त्रास थांबवणे पण आवश्यक होते. असे वाटते, की त्यांना भागवत पुराणातील हे सत्य समजले होते -

**"यस्य राष्ट्रे प्रजाः सर्वास्त्रस्यन्ते साध्व्यसाधुभिः।**
**तस्य मत्तस्य नश्यन्ति कीर्तिरायुर्भगो गतिः॥"**

*ज्या राज्यातील सज्जन दुर्जनांच्या वाईट कृत्यांमुळे त्रासलेले असतात, तेथील राजाची कीर्ती, आयुष्य, संपत्ती आणि मृत्यूपश्चात स्वर्गप्राप्तीची शक्यता नष्ट होते.*

गुन्हेगारी थांबवण्यासाठी अहिल्याबाईंनी एक अनोखा व सहृदय मार्ग स्वीकारला. त्यांनी या जमातींना उपजीविका चालवण्यासाठी नवीन पर्याय दिले – शेती व इतर व्यवसायांच्या संधी उपलब्ध करून दिल्या. त्यांच्या जमिनीच्या हक्कांना मान्यता दिली, तसेच वनातून चालणाऱ्या मालवाहतुकीवर कर गोळा करण्याचा अधिकार दिला. या उपायांमुळे या टोळ्यांना गुन्हेगारीकडे वळण्याची गरज उरली नाही.

तसेच अहिल्याबाईंनी भिल्ल समाजाला त्यांच्या भागात चोरी, लूट झाल्यास त्यांना जबाबदार धरले. त्यांनी त्यांच्या हालचालींवर लक्ष ठेवले आणि एखाद्या व्यापाऱ्याची वाटमारी झालीच, तर त्या व्यापाऱ्याचे नुकसान भरून देण्यास संबंधित भिल्लास सांगितले. अशा धोरणामुळे हे लोक संभाव्य गुन्हेगार न राहता, प्रवासी आणि व्यापारी काफिल्यांचे रक्षक बनले.

अशा धोरणामुळे केवळ या जमातींचे जीवनमान सुधारले नाही, तर संपूर्ण राज्यात व्यापार आणि समृद्धीही फोफावली. या जमातींनी अहिल्याबाईंना "देवी" म्हणून संबोधले.

अहिल्याबाईंच्या सहृदय दृष्टिकोनाचे महत्त्व तेंव्हा कळते जेंव्हा आपण त्याची तुलना ब्रिटिश धोरणांशी करतो. लवकरच ब्रिटीशांना अशा जमातींचा त्रास होऊ लागला. त्यावर उपाय म्हणून त्यांनी १८३६ मध्ये " Thuggee Act" आणि १८७१ मध्ये "Criminal Tribes Act" आणला. या कायद्यांच्या द्वारे, त्यांनी संपूर्ण जनजातीला गुन्हेगार ठरवले. या कायद्यांनी मानवी हक्कांचे भीषण उल्लंघन झाले. या जमातीत जन्म घेतलेली प्रत्येक व्यक्ती ही जन्मतः गुन्हेगार मानली गेली. कोणत्याही गुन्ह्यासाठी सर्वात आधी या लोकांना अटक केली जात असे, त्यांच्यावर मनात येईल तेंव्हा छापे टाकले जात, ठराविक क्षेत्राच्या बाहेर जाण्यास त्यांना बंदी

होती, जमातीतील सर्व पुरुषांना वारंवार पोलिसात हजेरी देण्यास जावे लागत असे, या व अशा अनेक जाचांना हा समाज बळी पडला. अनेक पिढ्या या अमानुष धोरणाची झळ त्यांना बसली. १९४७ पर्यंत १२७ वेगवेगळ्या जमातींमधील १.३ कोटींपेक्षा अधिक लोक या 'गुन्हेगार जमातीचे' होते. हा कायदा स्वातंत्र्यानंतर, ऑगस्ट १९४९ मध्ये रद्द करण्यात आला.

युरोपियन लोकांनी भारतातील वनवासी आणि भटक्या जमातींवर केलेला अन्याय, हा युरोपातील रोमा (Roma / Gypsy) या भटक्या जमातींवर केलेल्या अन्यायासारखाच होता. या भटक्या जमातीबद्दल तेथील लोकांच्या मनात तीव्र द्वेष होता. दुसऱ्या महायुद्धाच्या काळात, तो द्वेष उफाळून आला. त्यामधून रोमा लोकांचा अतोनात छळ केला गेला आणि त्यांना देशांमधून हद्दपार केले गेले. कैक ठिकाणी त्यांचा नरसंहार केला गेला. नाझी छावण्यांमध्ये लाखो रोमा लोकांना मारले गेले. दुसऱ्या महायुद्धाच्या काळात युरोपमधील रोमा लोकसंख्या सुमारे २५% नी घटली होती.

अशी विचारांची बैठक असलेले ब्रिटश जेंव्हा इथे आले, तेंव्हा भारतातील भटक्या जमातींनाही ब्रिटिश राजवटीत अशीच द्वेषपूर्ण , पूर्वग्रहदूषित वागणूक दिली गेली, आणि त्या मधूनच त्यांच्या मानवी अधिकारांची पायमल्ली झाली.

अहिल्याबाईंनी मात्र या लोकांच्या बाबतीत केलेली उपाययोजना भारतीय संस्कृतीला धरून होती. ह्या प्रश्नावरील भारतीय उपचार वाल्या कोळीच्या कथेत दिसतो -

> *वनात राहणारा वाल्या कोळी, वाटेमारी करून त्यावर गुजराण करत असे. एके दिवशी तेथून नारदमुनी जात असता, त्याने नारदांना अडवले. ते करुणेने वाल्याला म्हणाले, "किती पाप जमले असेल तुझ्या संचितात?" तेंव्हा तो म्हणाला,*

*"ज्यांच्यासाठी मी हे क्रूर कृत्य करतो, ते माझ्या पापाचे वाटेकरी होतील की!" नारदमुनी म्हणाले, "त्यांना विचारून ये, कोणी तुझ्या पापात सहभागी होतील असे मला तरी वाटत नाही." वाल्याने मुलांना, बायकोला विचारले, ते त्याच्या पापात सहभागी होईनात. वाल्याला धक्का बसला, तो नारदांकडे परत आला, आणि काय केल्याने माझ्या उद्धार होईल असे विचारले. नारदांनी त्याला रामनाम घेण्यास सांगितले. अनेक वर्ष तपश्चर्या केल्यावर, त्याचे पाप धुतले गेले, त्याच्यामध्ये सद्गुण आले आणि वाल्याचा वाल्मिकी ऋषी झाला होता.*

ह्या कथेतून लक्षात येते, की वनात राहणाऱ्या, लूटमार करून जगणाऱ्या मनुष्याला वाईट मार्गापासून प्रवृत्त करणे आणि चांगल्या मार्गाला लावणे हा लुटमारीवरील उपाय मनाला गेला होता. जे नारदमुनींनी एका वाल्यासाठी केले, तेच अहिल्याबाईंनी जनजातीसाठी करून त्यांना चांगल्या मार्गाला लावले आणि पूर्ण समाजाचा उद्धार केला.

गुन्हेगारीचे मूळ कारण समजून घेऊन, अहिल्याबाईंनी सुधारणा घडवून, कायदा-सुव्यवस्थेची समस्या सोडवून, समाजात समरसता पण आणली. त्यांचे धोरण मानवतावादी आणि त्याच वेळी प्रभावी होते. संघर्ष व्यवस्थापन (conflict management) शिकण्यासाठी आजही हा धडा मार्गदर्शक ठरू शकतो.

## पाणी व्यवस्थापन

अहिल्याबाईंसाठी पाणी व्यवस्थापन हे प्रशासनाचे एक रुक्ष अंग नव्हते, तर त्या कार्यात त्यांचे निसर्गाशी असलेल्या आध्यात्मिक नात्याचा ओलावा होता. त्यांच्या देवघरात गंगा, यमुना, सरस्वती,

गोदावरी, क्षिप्रा आणि नर्मदा या नद्यांच्या वाळूचे दररोज पूजन होत असे. त्या कृतीमधून त्यांची जीवनदायी नद्यांप्रती असलेली श्रद्धा दिसते. हाच आध्यात्मिक पाया त्यांच्या जलसंधारण आणि पाणी व्यवस्थापनाच्या उपाययोजनांचा आधार होता.

अहिल्याबाईंच्या कृतीत मत्स्य पुराणातील हे ज्ञान प्रतिबिंबित होते:

> **"एवं निरुदके देशे यः कूपं कारयेद्बुधः ।**
> **बिन्दौ बिन्दौ च तोयस्य वसेत्संवत्सरं दिवि ॥"**
> *जो ज्ञानी माणूस कोरड्या प्रदेशात विहीर बांधतो, त्याला विहिरीत जितके थेंब पाणी असेल तितकी वर्षे स्वर्गप्राप्ती होते.*

अहिल्याबाईंनी हे निश्चित ऐकले – वाचले असावे. त्यांनी तत्कालीन जनतेसाठी आणि भविष्यातील पिढ्यांसाठी सुद्धा उपयुक्त ठरेल अशी जलसंरचना उभारण्याचे महत्त्वाकांक्षी कार्य हाती घेतले. त्यामध्ये समावेश होता:

**तळी:**

अहिल्याबाईंनी अनेक ठिकाणी तळी बांधली. त्यामध्ये झऱ्यांचे अथवा पावसाचे पाणी साठवण्याची क्षमता होती. जेजूरी जवळील १८ एकरांचा मल्हार तलाव, तसेच त्र्यंबकेश्वर, ओंकारेश्वर आणि इंदूर-महेश्वर महामार्गालगत बांधलेली तळी त्यांच्या पाणी व्यवस्थापनाची साक्ष देतात.

**विहिरी:**

त्यांच्या राज्यात आणि राज्याबाहेरही अहिल्याबाईंनी शेकडो विहिरी बांधल्या. काशीपासून महाराष्ट्रातील अनेक गावांपर्यंत अहिल्याबाईंनी विहिरी निर्माण केल्या. अनेक विहिरींमध्ये उतरण्यासाठी पायऱ्या असून, त्यावर दगडी कमान आहे. त्यामधून देवकोष्टक असून त्यात देवतांच्या मूर्ती स्थापन करण्यासाठी जागा

आहे. या विहिरी केवळ पाण्याचे साठे म्हणून उपयुक्त होत्या असे नाही, तर त्या वास्तूशिल्पाचे उत्तम आणि वैविध्यपूर्ण नमुने होते. या विहिरी जलदेवतेचे जणू मंदिर असल्याने धार्मिकस्थळ पण होते.

## कुंड:

अहिल्याबाईंनी अनेक मंदिर परिसरात दगडी कुंड बांधले. चारही बाजूंनी पायऱ्या असलेल्या या कुंडांमुळे भक्तांना सहज पाण्यापर्यंत पोहोचता येई.

## पाणी व्यवस्थापन:

जेजुरी जवळील मल्हार तलाव हे त्यांच्या पाणी व्यवस्थापन कौशल्याचे उत्कृष्ट उदाहरण आहे. इथे अहिल्याबाईंनी एक संपूर्ण यंत्रणा निर्माण केली होती, त्यामध्ये — एक मोठा तलाव, त्याला पूरक विहिरी, भूमिगत जलवाहिन्या आणि त्यामधून गावातील टाक्यांपर्यंत पाणी पोचण्याची व्यवस्था. शिवाय पाण्याचा पुनर्वापराची सोय होती.

नदीतून एक वेगळा कालवा काढून तेथे कपडे, भांडी आणि गुरे धुण्याची सोय अहिल्याबाईंनी करवली होती. यामुळे नदीतील पाणी स्वच्छ राहत असे आणि कालव्यातले दूषित झालेले पाणी शेतीसाठी वळवले होते. ज्यावेळी जगात पाणी वाचवण्याचा, पाण्याच्या पुनर्वापरचा विचार पण नव्हता, त्यावेळी अहिल्याबाईंनी Grey Water Recycling प्रकल्प उभारला होता.

अहिल्याबाईंच्या जलप्रकल्पांची वैशिष्ट्ये होती:

- **शाश्वत:** त्यांचे प्रकल्प दीर्घकाल टिकणारे होते. त्यापैकी अनेक आजही कार्यरत आहेत.

- **समग्र दृष्टिकोन:** शेतीपासून धार्मिक विधींपर्यंत पाण्याच्या विविध गरजा पुरवण्याकडे त्यांनी लक्ष दिले.

- **नाविन्यपूर्ण:** जेजुरी येथे भूमिगत जलवाहिन्या आणि पाण्याचा पुनर्वापर हे त्यांच्या दूरदृष्टीचे उदाहरण आहे.

- **व्यापक प्रभाव:** त्यांचे प्रकल्प संपूर्ण भारतातील तीर्थक्षेत्रांपर्यंत विस्तारलेले होते.

ज्या ठिकाणी पाणी टंचाईची सततची समस्या होती, तिथे अहिल्याबाईंच्या उपक्रमांनी असंख्य लोकांना पाणी पुरवठा केला, आणि आजही करत आहेत. आजच्या वाढत्या पाणी टंचाईच्या व हवामान बदलाच्या पार्श्वभूमीवर, अहिल्यादेवींचा दूरदर्शी जलसंवर्धन दृष्टिकोन आज सुद्धा उपयुक्त धडा ठरेल.

## वृक्षारोपण

अहिल्याबाईंनी केलेल्या वृक्षारोपण उपक्रमातून त्यांची पर्यावरणाची समज आणि अध्यात्मिक जाणीव दाखवतात, भविष्य पुराणात नमूद केले आहे:

**अश्वत्थमेकं पिचुमंदमेकं न्यग्रोधमेकं दश चिञ्चिणीकान् ।**
**कपित्थबिल्वामलकीत्रयं च पञ्चाम्रवापी नरकं न पश्येत् ।।**
*जो कोणी एक पिंपळाचे, एक कडुनिंबाचे, एक वडाचे, दहा चिंचची, तीन बेलाची, तीन आवळ्याची, आणि पाच आंब्याची झाडे लावतो, तो मृत्यू पश्चात तो स्वर्गात जातो!*

अहिल्याबाईंनी विचारपूर्वक वृक्षारोपण केले असल्याने त्याचे परिणाम दूरगामी ठरले:

- **रस्त्यालगतची लागवड:** प्रवाशांना सावली मिळावी आणि रस्त्यांचे सौंदर्यवर्धन व्हावे म्हणून रस्त्यांच्या दुतर्फा सावली देणारी झाडे लावली.

- **मंदिर परिसर:** धार्मिक गरजा पुरवण्यासाठी मंदिरा-भोवती – बेल, बकुळ, औदुंबर आदि झाडे लावली गेली. ज्यामुळे मंदिर परिसरात थंड, शांत व पवित्र वातावरण निर्माण झाले.

- **जलस्रोतांजवळ:** तलाव आणि नद्यांच्या काठावर झाडे लावण्यात आली, ज्यामुळे मातीची धूप थांबवण्यास मदत झाली तसेच पाण्याची शुद्धता राखण्यास मदत झाली.

- **तीर्थमार्ग:** यात्रा करणाऱ्यांसाठी आंबा, आवळा, चिंच यांसारखी फळझाडे मार्गावर लावण्यात आली.

- **फुलांच्या बागा:** मंदिरांजवळ फुलांच्या बागा लावल्या, ज्यातून रोजगार निर्माण झाला आणि मंदिरात पूजेसाठी फुलांच्या नियमित पुरवठ्याची सोय झाली.

- **शेतीसंबंधी उपक्रम:** अहिल्याबाईंनी शेतकऱ्यांना पिंपळ, बेल, वड यांसह फळझाडांचे २० रोपे लावण्याची योजना आखली. यामध्ये आंबा, आवळा, चिंच, पेरू आणि बोर यांचा समावेश होता. ही फळे शेतकरी कुटुंबाला पोषण देणारी होती तसेच ती विकून उपजीविकेला हातभार लावणारी होती.

- **आदिवासी कल्याण:** आदिवासी समाजाला अन्न, इंधन व चाऱ्यासाठी झाडे लावण्यास प्रोत्साहित केले गेले.

- **संवर्धन उपाय:** अहिल्याबाईंच्या कारकिर्दीत परवानगी शिवाय झाडे तोडणे गुन्हा होता.

अहिल्याबाईंचा वृक्षारोपणाकडे पाहण्याचा दृष्टिकोन काळाच्या पुढचा होता. त्यांनी पर्यावरणीय, आर्थिक, आध्यात्मिक, सामाजिक

आणि परिसराचे सौंदर्य अशा विविध गरजा ध्यानात घेऊन झाडांची लागवड केली.

आजच्या हवामान बदल आणि पर्यावरणीय ऱ्हासाच्या काळात, देवींचा हरित उपक्रम आपल्यासाठी मौल्यवान धडा आहे. त्यांच्या कार्यपद्धतीतून हे स्पष्ट होते की पारंपरिक शहाणपण आधुनिक समस्यांवर उपाय शोधण्यासाठी प्रभावी ठरू शकते.

## पायाभूत सुविधांचा विकास

अहिल्याबाईंचा पायाभूत सुविधा विकासाचा दृष्टिकोन सहृदयी आणि दूरदृष्टीपूर्ण होता. पंढरपूर, मथुरा आणि काशी यांसारख्या तीर्थक्षेत्री त्यांनी यात्रा केली असल्यामुळे त्यांना यात्रेकरूंना भेडसावणाऱ्या अडचणी स्वानुभवातून कळल्या होत्या. त्यांनी भारतभर तीर्थयात्रा करणे सुलभ व्हावे म्हणून -

### रस्ते आणि पूल:

अहिल्याबाईंनी बांधलेले काही रस्ते आणि पूल पुढीलप्रमाणे आहेत:

- कोलकात्याहून काशीस जाणारा रस्ता
- कर्मनाशिनी नदीवर पूल, बंगाल
- त्र्यंबकेश्वर पूलाची दुरुस्ती, नाशिक
- मोसम पूल, मालेगाव – आजही वापरात आहे

या प्रकल्पांमुळे केवळ यात्रेकरूंचा प्रवास सुखाचा झाला असे नाही तर त्याचा लाभ व्यापार आणि दळणवळणासही झाला.

### धर्मशाळा:

अहिल्याबाईंनी देशभरातील अनेक तीर्थक्षेत्री धर्मशाळा उभारल्या. या धर्मशाळा बद्रीनाथ, केदारनाथ, हरिद्वार, काशी, अयोध्या, गया,

नैमिषारण्य, अमरकंटक, उज्जैन, ओंकारेश्वर, नाशिक, भीमाशंकर पासून दक्षिणेला रामेश्वर पर्यंत बांधल्या. या विश्रांतीगृहांनी यात्रेकरूंच्या अनेक पिढ्यांची सेवा केली.

या धर्मशाळांमध्ये थकलेल्या प्रवाशांना सुरक्षित निवासाची सोय उपलब्ध करून दिली जात असे. प्रामुख्याने विटांनी बांधलेल्या या धर्मशाळा उंच भिंतींनी वेढलेल्या असत, ज्यामुळे सुरक्षा मिळे. प्रत्येक धर्मशाळेत शिवलिंगाची स्थापना करण्यात आली होती आणि अंगणात तुळशी वृंदावन लावले जाई. त्याद्वारे अहिल्याबाईंनी त्यांच्या धर्मशाळांमध्ये आध्यात्मिक वातावरण आणि हिंदू मालकीची मोहोर उमटवली होती.

या धर्मशाळा प्रामुख्याने नद्यांच्या काठावर किंवा विहिरीजवळ उभारण्यात आल्या होत्या, जेणेकरून पाण्याचा सहजपुरवठा उपलब्ध होईल. अहिल्याबाईंनी बहुतेक ठिकाणी अन्नछत्र सुरू केले होते, जेणेकरून कोणताही यात्रेकरू उपाशी राहणार नाही. या सुविधा नीट चालवण्यासाठी त्यांनी विशेष कर्मचारी नेमले होते आणि त्यांच्या देखभालीसाठी गावांचे उत्पन्न लावून दिले होते.

**घाट:**

अहिल्याबाईंनी अनेक घाटांची बांधणी केली. पैठण येथे गोदावरी नदीवर नागघाट, नाशिक आणि पुणतांबे येथे गोदावरीवरील घाट, महेश्वर येथे नर्मदेवर २८ घाट, तसेच काशी येथील प्रसिद्ध मणिकर्णिका आणि दशाश्वमेध घाट यांचा त्यात समावेश आहे. अयोध्या, मथुरा, हरिद्वार, प्रयाग, उज्जैन, पुष्कर आणि अन्य तीर्थस्थळी घाट बांधले. हे घाट धार्मिक विधींसाठी उपयुक्त ठरलेच, पण त्याद्वारे नदीपर्यंत पोचणे सुलभ झाले, तिथे बोटी लावता येत असल्याने, तेथून दुसऱ्या किनाऱ्याशी संपर्क सुलभ केला.

अहिल्याबाईंच्या या पायाभूत सुविधा प्रकल्पांमुळे यात्रेकरूंसाठी तीर्थयात्रा सुलभ झाली; व्यापाऱ्यांसाठी प्रवास सुखाचा झाला, माळव्याचे उत्पन्न वाढले. तसेच अन्नछत्र, धर्मशाळा, विहिरी, झाडे यांच्यामुळे प्रवासात विश्रांतीची ठिकाणे आणि अन्न-पाण्याची सोय झाली. अहिल्याबाईंनी या पायाभूत प्रकल्पांनी भारताच्या विविध भागांना एकमेकाला जोडले.

## नगररचना

अहिल्याबाईंनी आपला निवास महेश्वरला हलवल्यानंतर त्यांनी तेथील किल्ल्यात स्वतःसाठी एक घर बांधले आणि गावचा विकास करण्यास सुरुवात केली. महेश्वर किल्ल्याजवळ एक जुना बाजार होता, त्या ठिकाणी त्यांनी विणकरांची वसाहत वसवली. त्यांनी नव्या बाजारपेठा आणि वसाहती उभारल्या, जसे की - आदित्यवार पेठ, मंगळवार पेठ, फणसेपुरा, गोविंदपुरा, मल्हारगंज इत्यादी.

व्यापाऱ्यांना आणि व्यावसायिकांना महेश्वरात स्थायिक होण्यासाठी प्रोत्साहन दिले. व्यापारी क्षेत्रांची निर्मिती केली. उद्योग व व्यापार वृद्धिंगत व्हावा यासाठी व्यापाऱ्यांना विविध सवलती दिल्या. भारतातील विविध भागांतून कुशल कारागीरांना महेश्वरला आमंत्रित करून वस्त्रोद्योग सुरू केला. अहिल्याबाईंनी विणकरांना आवश्यक साधनसामग्री पुरवली आणि त्यांच्या कल्याणाच्या योजना आखल्या. लवकरच माहेश्वरी वस्त्राला प्रसिद्धी मिळाली.

महेश्वर मध्ये त्यांनी संस्कृत विद्यालये स्थापन केली. जुन्या मंदिरांचा जिर्णोद्धार केला – त्याद्वारे फुलवाले, कलाकार, सुतार, स्थापती, पुजारी, स्वयंपाकी, तेली आणि इतर अनेकांना रोजगार मिळाला. वेदपठणाचा आवाज महेश्वर मध्ये पुन्हा निनादू लागला.

## साहित्य आणि कलेला प्रोत्साहन

अहिल्याबाईंनी अनेक कवींना आणि लेखकांना आश्रय देऊन मराठी साहित्याची मोठी सेवा केली. १०८ रामायणांची रचना करणारे प्रसिद्ध मराठी कवी मोरोपंत, अहिल्याबाईंची कीर्ती ऐकून महेश्वरला आले. देवीच्या दरबारात त्यांना मोठा मान मिळाला. संस्कृत पंडित खुशालीराम यांनाही अहिल्याबाईंनी राजाश्रय दिला.

संगमनेरचे गायक अनंत फंदी जेव्हा महेश्वरला गेले, तेव्हा देवीने त्यांना भरघोस बक्षीस दिले. फंदी लावणी रचण्यात प्रसिद्ध होते, जेव्हा त्यांनी दरबारात आपली कला सादर केली, तेव्हा अहिल्यादेवींनी त्यांच्या कौशल्याचे कौतुक केले, पण त्याचबरोबर त्यांना आपल्या कवितेचा उपयोग कीर्तनासाठी, समाजाच्या हितासाठी करावा असा सल्ला दिला. त्यानंतर फंदी यांनी कीर्तन करणे सुरू केले. पुढे त्यांचा मुलगा, सवाई फंदी हा देखील कीर्तनकार झाला.

अहिल्याबाईंनी पंडित, लेखक, कवी, हरिकथाकार आणि कीर्तनकार यांना श्रीमंत वस्त्र आणि पुरस्कार देऊन सन्मानित केले. त्यांनी केवळ विद्वानांचा नव्हे तर शूर पुरुषांचाही गौरव केला. उदाहरणार्थ, १७९१ च्या हिशोबाच्या वहीत एक नोंद आहे – चैत्र शुद्ध प्रतिपदेला (गुढीपाडवा) ११ विद्वान ब्राह्मण, ७८ अधिकारी व त्यांचे कारकून, आणि ३१ शिलेदार यांना पोशाख व भेटवस्तू देण्यात आल्या.

जसे राजा भोजांच्या काळात धारानगरी विद्वानांचे केंद्र बनली होती, तसेच अहिल्याबाईंच्या कारकीर्दीत महेश्वर विद्वानांचे नगर म्हणून उदयास आले.

# ४. संस्कृतीची पुनर्बांधणी

## अजून एका जखमी संस्कृतीची कहाणी

पुस्तकाच्या पहिल्या भागात अहिल्याबाईंच्या आधी हिंदू संस्कृतीवर आक्रमणे पहिली. या भूमीवर झालेले भीषण आघात आणि त्याने जखमी झालेली संस्कृती पाहिली. ती परिस्थिती लक्षात येण्यासाठी, आपण वर्तमानकाळातील एक जखमी संस्कृती पाहू. तसेच त्या संस्कृतीची पुनर्बांधणी करण्यासाठी चालू असलेल्या प्रयत्नांचा पण आढावा घेऊ, म्हणजे अहिल्याबाईंच्या हिंदू धर्म संस्थापनेच्या कार्याची कल्पना येईल.

आजच्या काळात अनेक आक्रमणे झालेला प्रांत आहे अफगाणिस्तान. कधीकाळचा हा गांधार नावाचा प्रदेश, समृद्ध व शांत होता. तेंव्हा येथे हिंदू, बौद्ध, पारशी आणि ग्रीक लोकं होते. त्यांच्या देवतांची मंदिरे इथे होती. अंतराष्ट्रीय व्यापार मार्ग इथून जात असल्याने हा एक समृद्ध प्रदेश होता.

या प्रांताने ८व्या शतकापासून अनेक आक्रमणे पहिली, युद्धे लढली, इतर देशांचे वर्चस्व सहन केले, आणि आता दहशतवादाने आपला सांस्कृतिक आणि धार्मिक वारसा गमावला आहे.

आज तालिबानच्या राजवटीखाली, या देशाची संस्कृती दबली आहे – इथे गाणे निषिद्ध आहे, पतंग उडवण्यास मनाई आहे, चित्रपटांवर बंदी आहे. २१व्या शतकाच्या सुरवातीला, येथील बामियान गावात असलेली जगातील सर्वात मोठी बुद्धमूर्ती तोफा डागून उडवली. या देशाला स्वतःची सांस्कृतिक ओळख राहिली नाही.

किती विरोधाभास आहे पहा, अफगाणिस्तानच्या राष्ट्रीय संग्रहालयाबाहेर फलक आहे – *"A nation stays alive when its culture stays alive"* – एक देश तेंव्हाच टिकून राहतो, जेव्हा त्याची संस्कृती टिकून राहते.

पॉल स्मिथ हे अफगाणिस्तानमधील ब्रिटिश कौन्सिलचे माजी संचालक आहेत. यांनी या देशाच्या पुनरुज्जीवनासाठी मांडलेल्या प्रस्तावाट म्हटले आहे – हा देश पुन्हा समृद्ध करायचं असेल तर त्यासाठी शासन, विकास, सुरक्षा आणि संस्कृती हे चार स्तंभ बळकट असले पाहिजेत. आणि संस्कृतीचे पुनरुज्जीवन करायचे असेल, भविष्य सुरक्षित करायचे असेल, तर अफगाणिस्तानने आधी बामियान येथील बुद्ध मूर्तींचे पुनर्निर्माण केले पाहिजे."

अहिल्याबाईंनी हिंदू संस्कृतचे पुनरुत्थान या चारही स्तंभांवर केले – शासन, विकास, सुरक्षा आणि संस्कृती. त्यामध्ये संस्कृतीचे रक्षण हे मंदिरांचा जीर्णोद्धार आणि त्यामध्ये मूर्तीची प्राणप्रतिष्ठा या द्वारे केले. काळाच्या पुढे जाऊन विचार करणाऱ्या अहिल्यादेवींनी, २१व्या शतकातील विचारवंतांनी सुचवलेली कल्पना १८व्या शतकात अमलात आणली होती! आपल्या मंदिर पुनर्निर्माण कार्यातून त्यांनी संस्कृती जिवंत ठेवण्याचे महान कार्य केले, आणि त्यामुळेच राष्ट्राला जिवंत ठेवण्याचे कार्य सुद्धा केले गेले.

## अहिल्याबाईंचे पुनर्निर्माण कार्य

अहिल्याबाई सत्तेवर आल्या, तेव्हा त्यांनी केवळ एका राज्याची नाही, तर त्यासोबत एका क्षितिग्रस्त संस्कृतीचीही जबाबदारी त्यांच्या खांद्यांवर पाडली होती. पाच शतकांहून अधिक काळ, भारतीय संस्कृतीवर सातत्याने आक्रमण झाले होते. भारत भूमीवर मंदिरांचे आणि विद्यापीठांचे भग्नावशेष विखुरले होते. कला आणि शास्त्र यांचा ऱ्हास झाला होता. दारिद्य वाढीस लागले होते. आत्मभान, स्वाभिमान आणि स्वधर्माची ओळख हरवली होती.

या अगतीक परिस्थितीत, अहिल्याबाईंनी सांस्कृतिक आणि आध्यात्मिक पुनरुत्थान सुरू केले. त्या कार्याचे केंद्र होते - मंदिर पुनर्निर्माण आणि देवतांची प्राणप्रतिष्ठा.

- **मंदिर पुनर्निर्माण:** मंदिर हे केवळ उपासनेचे ठिकाण नाही, तर ते सांस्कृतिक, सामाजिक, आणि शैक्षणिक केंद्र असते. अहिल्याबाईंनी मंदिरांचे पुनर्निर्माण केल्याने त्याद्वारे संस्कृती आणि पारंपरिक ज्ञानाचे जतन झाले. याने समाजाचे मनोबल उंचावले.
- **कला आणि स्थापत्याला आधार:** अहिल्याबाईंनी पारंपरिक कलांना आणि स्थानिक स्थापत्यशैलींना प्रोत्साहन दिले. यामुळे अनेक शतकांचे स्थापत्याचे ज्ञान आणि कौशल्यला राजाश्रय मिळाला.
- **शाळांची स्थापना:** शिक्षणाचे महत्त्व ओळखून अहिल्याबाईंनी अनेक संस्कृत पाठशाळा स्थापन केल्या. दीर्घ संघर्षामुळे मालवलेली ज्ञानज्योत त्यांनी पुन्हा प्रज्वलित केली.
- **विद्वानांचा सन्मान:** विद्वान, कथाकार, कलाकार, कवि आदि संस्कृती रक्षकांना आधार देऊन त्यांनी मौखिक परंपरांना पुनरुज्जीवन दिले.

## मंदिरांचे कार्य

अहिल्याबाईंना याची जाणीव होती की मंदिरांचे महत्त्व केवळ धार्मिक नव्हते, तर मंदिरे भारतीय संस्कृतीचे आधारस्तंभ आहेत. मंदिरांचे कार्य अनेक विभागात होत असते –

- **आध्यात्मिक केंद्र:** मंदिर हे उपासना चालवण्याचे आणि आध्यात्मिक शिक्षण देणारे केंद्र आहे.

- **सामाजिक केंद्र:** सण, उत्सव कार्यक्रमाकरिता विविध लोकांनी एकत्र येण्याचे स्थान आहे. तसेच काही कौटुंबिक कार्यक्रम जसे – विवाह, मुंज इत्यादीचे केंद्र आहे.

- **शैक्षणिक संस्था:** अनेक मंदिरे पाठशाळा म्हणून कार्य करत, जिथे भाषा, विज्ञान, गणित आदि विविध विषय शिकवले जात.

- **सांस्कृतिक केंद्र:** मंदिर हे कलांचे आश्रयस्थान आहे. आणि संगीत, नृत्य, नाटक इत्यादींसाठी मंच पुरवते.

- **साहित्यिक केंद्र:** अनेक मंदिरे जुन्या हस्तलिखितांची ग्रंथालये सांभाळत. भक्त आपण लिहिलेल्या पोथी इथे जमा करतात.

- **आर्थिक केंद्र:** एखाद्या मोठ्या मंदिरामुळे ते नगर, व्यापाराचे केंद्र होते. देवदर्शनाला येणाऱ्या यात्रेकरूंमुळे स्थानिक उद्योग आणि हस्तकलेला चालना मिळत असे.

- **सामाजिक कल्याण केंद्रे:** अनेक मंदिरे अन्नछत्र चालवत, तसेच चिकित्सालये आणि रुग्णालये पण चालवत असत.

- **कृषी विकासक:** दक्षिणेतील काही मंदिरे सिंचन प्रकल्प उभारण्यात मदत करत.

- **वादनिवारण केंद्रे:** पूर्वी काही मंदिरांनी त्यांच्या क्षेत्रात कायदा-सुव्यवस्था राखण्याचे कार्य देखील केले.

- **प्राणिसेवा केंद्रे:** अनेक मंदिरे गोशाळा चालवतात. दक्षिणेतील काही मंदिरात हत्ती पाळले जातात. या पद्धतीने, हत्तींना प्रशिक्षण देण्याची कला जपली.

अहिल्याबाईंनी मंदिरे पुनर्निर्माण करून ज्ञानदान, अर्थकारण आणि समाजसेवेच्या प्रणालींचे पुनरुज्जीवन केले.

## मंदिर विध्वंसाचे परिणाम

भारतातील मंदिरांचा विध्वंस हा केवळ भौतिक इमारतीचा नाश नव्हता; तो भारतीय संस्कृतीच्या गाभ्यावर झालेला सुनियोजित आघात होता. या विध्वंसामागे अनेक भयावह अत्याचार दडले होते:

- शतकानुशतके पूजलेल्या देवमूर्तींचे विटंबन व नाश.
- श्रद्धास्थळे वाचवण्याचा प्रयत्न करणाऱ्या भक्तांची निर्घृण हत्या.
- अध्यात्मिक व सांस्कृतिक ज्ञानाच्या रक्षकांची निर्मम हत्या.
- मंदिराभोवतीची घरे, दुकाने उद्ध्वस्त केल्याने हिंदूंचे विस्थापन
- देवाचे सोन्याचे दागिने व इतर मौल्यवान वस्तूंची लूट

सीता राम गोएल यांनी "Hindu Temples: What Happened to Them" या ग्रंथात तपशीलवारपणे या विध्वंस केलेल्या मंदिरांची यादी केली आहे. भारतभरातील सुमारे तीन हजार नष्ट झालेल्या मंदिरांची त्यांनी नोंद केली आहे – आणि त्यांच्या म्हणण्यानुसार ही यादी केवळ हिमनगाचे टोक आहे. काही अंदाजानुसार, या काळात नष्ट झालेल्या मंदिरांची संख्या दहा हजारांहून अधिक असू शकते.

एका मंदिराच्या विध्वंस केल्याने होणारे परिणाम -

**आध्यात्मिक हानी:** मंदिर फोडल्याने समाजाचा त्याच्या अध्यात्मिक वारश्याशी असलेले नाते तुटते.

**सांस्कृतिक नुकसान:** मंदिर म्हणजे केवळ पूजास्थळ नव्हे, ते कला, साहित्य आणि पारंपरिक ज्ञानाचे भांडार असते. मंदिरांचा विध्वंस म्हणजे स्थानिक कलाप्रकार, तांत्रिक कौशल्ये आणि सांस्कृतिक परंपरांचा नाश.

**आर्थिक परिणाम:** मंदिरांच्या भोवती एक मोठी आर्थिक व्यवस्था उभी असते– कलाकार, कारागीर, विक्रेते व इतर लहान व्यवसायिकांचा जगण्याचा आधार असते. मंदिरे उद्ध्वस्त केल्याने या सगळ्यांचे रोजगार बुडाले आणि मोठ्या प्रमाणात आर्थिक संकट ओढवले.

**मानसिक आघात:** मंदिरांचा सातत्याने होणाऱ्या विध्वंसाने हिंदू समाजात भीती निर्माण केली. ही भीती इतकी तीव्र होती की, जेव्हा मंदिर उभारण्याची संधी मिळाली, तेंव्हा सुद्धा अनेकजण मानसिक आघातामुळे पुढे येऊ शकले नाहीत.

सोमनाथ मंदिराचे उदाहरण याची साक्ष ठरते. हे मंदिर अनेक वेळा वेगवेगळ्या आक्रमकांनी पाडले. प्रत्येकवेळी कोणी हिंदू राजा, राणी, मंत्री वा कोणी सावकाराने ते पुन्हा उभे केले. मात्र हे मंदिर उद्ध्वस्त करणाऱ्या औरंगजेबाच्या मृत्यूनंतर सुमारे ८० वर्ष त्याची दहशत कायम होती. त्यानंतर अहिल्याबाईंनी मंदिर उभारले तेंव्हा सोमनाथाची पूजा पुन्हा सुरू झाली. मात्र अहिल्याबाईंनी भविष्यातील संभाव्य आक्रमणांचा विचार करून, शिवलिंगाची स्थापना तळघरात केली.

सुलतानांच्या दहशतीने हिंदू समाज धास्तीने जगत होता. त्यामुळे अहिल्याबाईंनच्या पुनर्निर्माण कार्याने केवळ भौतिक जखमा नव्हे तर मानसिक जखमा देखील भरून काढण्याचे काम केले.

अहिल्याबाईंचे कार्य म्हणजे आशेचा एक किरण होता — त्यांनी सांस्कृतिक परंपरांना नवजीवन दिल्याने, आघाताने विव्हळ झालेल्या समाजाला त्याचा आध्यात्मिक आणि सांस्कृतिक वारसा परत मिळवून दिला.

# प्रतिकूल परिस्थितीत दिलेला लढा

हिंदू समाजाने—ज्यात जैन, बौद्ध, शीख आणि वनवासी समुदायांचा समावेश होतो—आपल्या श्रद्धास्थानांवरील हल्ल्यांच्या विरोधात विलक्षण धैर्य आणि संयम दाखवला. त्यांच्या या प्रतिकाराचे स्वरूप बहुआयामी होते:

१. **सशस्त्र प्रतिकार:**

केवळ राजे आणि नागरिकच नाही, तर संन्याशांनीही आपली तीर्थस्थळे वाचवण्यासाठी शस्त्र उचलले. एक उल्लेखनीय उदाहरण म्हणजे १६६४ मध्ये नागा साधूंनी औरंगजेबाच्या काशी विश्वनाथ मंदिरावरील आक्रमणात त्याच्या सैन्याचा पराभव केला.

२. **पलायन आणि संरक्षण:**

मीनाक्षी जैन यांच्या "Flight Of Deities and Rebirth of Temples" या पुस्तकात देवमूर्तींच्या रक्षणासाठी जीवावर उदार होऊन केलेल्या असामान्य उपाययोजना नमूद केल्या आहेत. मुघलांच्या अखत्यारीत असलेल्या उत्तर प्रदेशा मध्ये - पुरोहितांनी देवमूर्ती लपतछपत राजपूत राज्यांमध्ये सुरक्षित ठिकाणी नेल्या. दक्षिण भारतात, भक्तगण देवमूर्ती घेऊन हिंदू राजे असलेल्या केरळमध्ये गेले. संभाव्य आक्रमणाचा सुगावा लागताच, भक्तांनी आपल्या काळजाचा तुकडा असलेल्या देवता जमिनीत गाडून किंवा नदीमध्ये सोडून त्यांचे रक्षण केले.

मूर्ती सुरक्षित ठेवण्यासाठी अनेक कल्पक उपाय योजण्यात आले: मीनाक्षी मंदिरात खऱ्या मूर्तीऐवजी नकली मूर्ती ठेवण्यात आली; चिदंबरममध्ये मूर्तींना प्रेतांप्रमाणे लपेटून मंदिराबाहेर हलवले गेले. श्रीरंगनाथाची मूर्ती तिरुपतीला नेली

गेली, तर श्रीविठ्ठलाची मूर्ती पंढरपूरहून विजयनगरला हलवण्यात आली. गोव्यात, पोर्तुगीज विध्वंस टाळण्यासाठी दक्षिण गोव्यातून मूर्ती उत्तर गोव्यात हलवण्यात आल्या.

## ३. आध्यात्मिक पुनरुज्जीवन:

या विध्वंसच्या काळात, धर्माची पुनर्स्थापना करण्यासाठी आध्यात्मिक गुरूंनी, संतांनी महत्त्वाची भूमिका बजावली. १४व्या शतकाच्या सुरवातीला संत नामदेव महाराज महाराष्ट्रातून पंजाबमध्ये गेले. तिथे त्यांनी नामसाधनेचा प्रसार केला. मंदिर नसले, देवाची मूर्ती नसली तरी काय झाले? "अमृताहुनी गोड नाम तुझे देवा" अशा अभंगांतून त्यांनी समाजाला आधार दिल. तुमचं देव तुमच्या कंठात आहे!

१५व्या आणि १६व्या शतकांत कृष्णभक्तांनी मथुरा-ब्रज क्षेत्रात भक्तीमार्गाचा प्रचार केला. पुष्टीमार्गाचे संस्थापक वल्लभाचार्य यांनी गोकुळात कृष्णभक्तीची पुनर्स्थापना केली. चैतन्य महाप्रभूंनी वृंदावनमध्ये कृष्णलीलेशी संबंधित स्थळांचा पुन्हा शोध लावला. त्या स्थळांची एक नवी तीर्थयात्रा सुरू केली. या यात्रेमुळे हिंदूंचा वहिवाट राहिल्याने त्या पावन भूमीवर अधिकार राहीला. नारायण भट्ट यांनी काशी विश्वनाथ येथे मंदिर नसतानाही भक्तांना तिथे जाऊन पूजा करण्यास सांगितले. त्यामुळे मंदिर नसताना सुद्धा काशीला जाण्याची परंपरा जिवंत राहिली.

या काळात संपूर्ण भारतभर, रामायण, महाभारत आणि भागवत पुराण यांसारख्या ग्रंथांचे संस्कृत मधून प्रादेशिक भाषांत अनुवाद झाले. यामुळे हिंदू धर्माचे शिक्षण तळागाळा पर्यंत पोहोचवता आले. मंदिरांचा व सगुण मूर्तींचा अभाव

असता संतांनी निर्गुण भक्तीची - अमूर्त देवाच्या भक्तीची उपासना शिकवली.

४. **मंदिरांचे पुनर्बांधणी:**

शांततेच्या काळात उद्ध्वस्त झालेल्या मंदिरांची पुन्हा बांधणी करण्याचे प्रयत्न केले जात. मराठे आणि राजपूतांनी मथुरा आणि वृंदावन मधील अनेक मंदिरे पुन्हा उभारली. सोमनाथ मंदिर आणि काशी विश्वनाथ मंदिर यांची पुनर्बांधणी विशेष उल्लेखनीय आहे. या कार्यात साधू, व्यापारी, राजे, राण्या अशा सर्व स्थरातील आणि सर्व वर्णातील लोकांनी सहभाग घेतला. यामुळे मंदिर उभारणीचे कार्य संपूर्ण समाजाच्या बांधिलकीचे प्रतीक ठरले.

हिंदू समाज जिवंत राहण्याचे कारण हेच आहे की प्रत्येक काळात कोठे तरी एखादा राजा, एखादा साधू किंवा एखादा सामान्य नागरिक धर्मासाठी लढा देत होता. या लढ्याच्या अहिल्याबाई तेजस्वी आदर्श आहेत.

विपरीत परिस्थितीला दिलेला हा बहुआयामी प्रतिसाद—सशस्त्र प्रतिकार, देवतांचे रक्षण, आध्यात्मिक नवचैतन्य, मंदिरांची पुनर्बांधणी आणि अहिल्याबाई सारख्या नेत्यांचा उदय—ही हिंदूंच्या विलक्षण जिद्दीची यशोगाथा आहे. ही ती सनातन संस्कृती आहे, जी कधीही मिटवता आली नाही आणि जीने वेळोवेळी आपली मूल्ये टिकवण्याचे नवे मार्ग शोधले.

मंदिर जीर्णोद्धार

पुराणांनी जीर्णोद्धार — म्हणजेच जुनी मंदिरे, विहिरी, तलाव यांचे देखभाल, दुरुस्ती, आणि पुनर्बांधणी —कार्याचे महत्त्व सांगताना म्हटले आहे:

**"वापी कूप तड़ागेषु देवतायतनेषु च।**
**जीर्णान्युद्धरते यस्तु पुण्यमष्ट गुणं भवेत।"**
*जो जुने मंदिर, विहिर अथवा तलावाचा जीर्णोद्धार करतो, त्याला ते बांधणाऱ्यांपेक्षा आठ पट अधिक पुण्य प्राप्त होते.*

या शिकवणीने प्रेरित होऊन, इतिहासात अनेक राजे, राण्या, व्यापारी आणि श्रीमंत व्यक्तींनी मंदिरे, विहिरी बांधण्यात आणि त्यांचा जीर्णोद्धार करण्यात मोठे योगदान दिले.

प्रतिहार, पाल, यादव, होयसळ, काकतीय यांसारख्या महान राजवंशांच्या पतनानंतर मंदिरबांधणीची परंपरा हळूहळू लयास गेली. अनेक शतकांपर्यंत भव्य मंदिरे बांधली गेली नाहीत. दिल्ली, अर्थात धर्मराज युधिष्ठिराने वसवलेली प्राचीन इंद्रप्रस्थनगरी — त्या नगरीवर अशी कळा कोसळली होती अनेक शतके तिथे एकही नवीन मंदिर बांधले गेले नव्हते. १९३३ मध्ये घनश्यामदास बिर्ला यांनी 'बिर्ला मंदिर' बांधले ते जवळपास आठ शतकांनंतर त्या प्राचीन नगरीत उभालेले ते पहिले भव्य मंदिर होते. जी परिस्थिती दिल्लीची होती – तशी परिस्थिती कमीजास्त प्रमाणात जिथे जिथे नवाब अथवा सुलतान राज्य करत होते, तिथे होती.

विजयनगराच्या उदयानंतर आणि नंतर मराठ्यांच्या उदयाने इतिहासाने एक नवीन वळण घेतले. जिजाबाईंनी पुण्यात आल्यावर आधी गणपतीचे मंदिर बांधले. ती परंपरा छत्रपती शिवाजी महाराजांनी आणि नंतर छत्रपती संभाजी महाराजांनीही पुढे

चालवली. मराठा सरदार व मंत्र्यांपैकी नानासाहेब पेशव्यांनी त्र्यंबकेश्वर मंदिर बांधले तर रघुजी भोसले यांनी रामगिरी मंदिराचे पुनर्निर्माण केले. अहिल्याबाई होळकर याच मराठा परंपरेतील रत्न होत. त्यांनी मंदिर बांधणीचे एक नवे युग निर्माण केले. त्यांच्या प्रयत्नांमुळे भारतीय मंदिर स्थापत्याला नवजीवन मिळाले आणि सनातन संस्कृतीत नवचैतन्य संचारले.

अहिल्याबाईंची मंदिरबांधणी ही त्यांची दूरदृष्टी आणि धर्मनिष्ठा दर्शवते. त्यांनी ज्या मंदिरांची पडझड झाली होती, अथवा जी मंदिरे मुद्दाम उद्ध्वस्त करण्यात आली होती, त्यांचे दुरुस्ती आणि पुनर्निर्माण केले. त्यांचे कार्य संपूर्ण भारतभर पसरले होते, आणि त्यांनी विविध प्रादेशिक वास्तुशैलींमध्ये मंदिरे बांधली. यामुळे वेगवेगळ्या स्थापत्यशैलींना आधार मिळाला. तसेच भारतीय स्थापती, शिल्पकार आणि कलाकारांची नवीन पिढी घडली.

धार्मिक सेवेला समर्पित असलेली राज्यकर्ती म्हणून, अहिल्याबाईंनी ज्या मंदिरांचे पुनर्निर्माण केले त्यांच्यावर कर लावला नाही, अथवा त्यांना आपल्या नियंत्रणाखाली ठेवले नाही. त्यांच्या योगदानामध्ये केवळ भक्तीभाव, वारशाचे जतन आणि राजधर्माचे कर्तव्य होते.

गोविंदपंत गानू, हे अहिल्याबाईंचे मंत्री, खासगीचे व्यवस्थापक होते. अहिल्याबाईंची सगळी धार्मिक कार्ये त्यांच्या देखरेखीखाली होते. मंदिर व घाटांसाठी निवडलेली स्थळे, त्यांच्या स्थापत्यशैलीतील बारकावे, पूजा व सणांसाठी तयार करण्यात आलेले नियम – हे सर्व गोविंदपंतांच्या मार्गदर्शनाखाली ठरत असे. या भगीरथी प्रकल्पासाठी अहिल्याबाईंनी शास्त्रसंपन्न, चारित्र्यवान, आणि विद्वान अशा पंडिताची नियुक्ती केली होती.

अहिल्याबाईंनी मंदिर पुनर्बांधणी सोबत शिक्षण, कला आणि सामाज कल्याणाच्या उपक्रमांनीही प्रोत्साहन दिले. त्यांना ठाऊक

होते की खरी पुनर्बांधणी ही केवळ भौतिक नव्हे, तर सांस्कृतिक सुद्धा असायला हवी. त्यांच्या कारकीर्दीत एका धार्मिक, सांस्कृतिक आणि भौतिक पुनरुज्जीवनाला सुरुवात झाली. लोकांना त्याने नवचैतन्य मिळाले, सांस्कृतिक ओळख मिळाली आणि समजचे आत्मबळ वाढले.

# १२ ज्योतिर्लिंग

भारतभर विखुरलेल्या १२ ज्योतिर्लिंगांना हिंदू धर्मात विशेष स्थान आहे. या पवित्र शिवक्षेत्रांची पुनर्बांधणी करण्याचे अहिल्याबाई होळकर यांचे कार्य महत्त्वाचे आणि महान होते. त्यांच्यामुळे ह्या तीर्थक्षेत्रांच्या पावन भूमीला पुन्हा उभारी आली. त्या सर्व १२ ठिकाणी त्यांनी थेट किंवा अप्रत्यक्षपणे योगदान दिले:

- **सोमनाथ, गुजरात:** अहिल्याबाईंनी नवीन शिवालय बांधून तिथे मूळ शिवलिंग स्थापन केले. हे मंदिर मूळ मंदिराच्या जवळ असून दोन मजली आहे.

- **काशी विश्वनाथ, उत्तर प्रदेश:** १७७७ साली, त्यांनी मूळ मंदिराच्या स्थानाजवळ जमीन विकत घेतली आणि तिथे एक लहानसे विश्वनाथाचे मंदिर उभारले.

- **मल्लिकार्जुन, आंध्र प्रदेश:** निजामांच्या काळात हे मंदिर मोडकळीस आले होते. अहिल्याबाईंनी हे पुन्हा बांधले आणि कृष्णा नदीपर्यंत जाण्यासाठी पायऱ्या बांधल्या.

- **ओंकारेश्वर, मध्य प्रदेश:** अनेक शतकांच्या उपेक्षेमुळे हे मंदिर जुने झाले होते. अहिल्याबाईंनी या मंदिराचा जीर्णोद्धार केला.

- **वैजनाथ, महाराष्ट्र:** निजामांच्या अधिपत्याखालील या मंदिराची अवस्था फार वाईट होती. अहिल्याबाईंनी याचे पुनर्निर्माण केले.
- **घृष्णेश्वर, महाराष्ट्र:** हे मंदिर पुन्हा बांधायचे काम त्यांच्या सासूबाई गौतामाबाईंनी सुरू केले होते. अहिल्याबाईंनी ते पूर्णत्वास नेले.
- **त्र्यंबकेश्वर, महाराष्ट्र:** हे मंदिर नानासाहेब पेशव्यांनी पुन्हा बांधले. अहिल्याबाईंनी परिसरातील पायाभूत सुविधांच्या विकास केला.
- **औंढा नागनाथ, महाराष्ट्र:** येथे अहिल्याबाईंनी दरवर्षी पूजा आणि कर्मकांडासाठी आर्थिक अनुदानाची व्यवस्था केली.
- **महाकालेश्वर, मध्य प्रदेश:** येथे महाशिवरात्रीला होळकर घराण्याच्या वतीने नियमित पूजा सुरू केली.

अहिल्याबाई किंवा त्यांच्या उत्तराधिकाऱ्यांनी इतर तीन ज्योतिर्लिंग स्थळांवर – रामेश्वर (तमिळनाडू), गोकार्ण (कर्नाटक) आणि भीमाशंकर (महाराष्ट्र) येथे अन्नछत्र सुरू केले. अहिल्याबाईंनी या कार्याद्वारे भारताचा आध्यात्मिक वारसा जपला.

## सप्तपुरी आणि चार धाम

भारताच्या आध्यात्मिक नकाशावर सप्तपुरी आणि चारधाम ही महत्त्वाची तीर्थक्षेत्र आहेत. या सात प्राचीन नगरी आणि चार पवित्र स्थळी भाविक येत असतात. या सर्व स्थळांना अहिल्याबाई होळकर यांच्या रूपाने एक भक्त आणि पुनर्बांधणी करणारी शासक

लाभली. भारतात दूरदूरपर्यंत पसरलेल्या या सर्व तीर्थक्षेत्रांवर त्यांनी आपला ठसा उमटवला आहे.

सप्त नगरींमधील अहिल्याबाईंचे कार्य-

- **अयोध्या, उत्तरप्रदेश:** प्रभु श्रीरामांच्या जन्मगावी त्यांनी राम, त्रेता के राम, भैरवनाथ आणि नागेश्वर मंदिरे उभारली. शरयू नदीकाठी घाट, अन्नछत्र आणि एक धर्मशाळा स्थापन केली.

- **मथुरा, उत्तरप्रदेश:** श्रीकृष्णाचे जन्मभूमीत त्यांनी चेनबिहारी मंदिर, यमुनेवर २ घाट आणि भाविकांसाठी धर्मशाळा बांधली.

- **माया (हरिद्वार), उत्तराखंड:** हिमालयाचे प्रवेशद्वार असलेल्या हरिद्वार येथे त्यांनी कुशावर्त घाट आणि धर्मशाळा उभारली.

- **काशी (वाराणसी), उत्तरप्रदेश:** १२ ज्योतिर्लिंगांच्या पुनर्बांधणीमध्ये येथील कार्याची माहिती आली आहे.

- **कांची, तामिळनाडू:** या दक्षिणेतील शिवमंदिरात दरवर्षी अभिषेकसाठी गंगाजल पाठवण्याची व्यवस्था केली.

- **अवन्तिका (उज्जैन), मध्यप्रदेश:** येथे लीलापुरुषोत्तम, जनार्दन, बालाजी आणि गणपती मंदिर अहिल्याबाईंनी बांधले. तसेच त्यांनी धर्मशाळा देखील बांधली.

- **द्वारका, गुजरात:** श्रीकृष्णाच्या पश्चिमेकडील निवासस्थानी त्यांनी अन्नछत्र उभारले.


## चारधाम

चारधाम ही भारताच्या चार कोपऱ्यांतील चार प्रमुख तीर्थक्षेत्रे आहेत. या ठिकाणी अहिल्याबाईंनी केलेले कार्य -

- **बद्रीनाथ, उत्तराखंड:** रंगड छट्टी, बेदर छट्टी, व्यास गंगा, तंगानाथ आणि पावली या ठिकाणी अहिल्याबाईंनी धर्मशाळा बांधल्या. देवप्रयाग येथे त्यांनी एक सुंदर बाग, गायींसाठी गायरान, तसेच गौरीकुंड व गरम पाण्याचे कुंड यांसारख्या विविध जलकुंडांची निर्मिती केली.

- **द्वारका, गुजरात:** सप्तपुरी भागात ही माहिती आली आहे.

- **रामेश्वर, तमिळनाडू:** ज्योतिर्लिंग भागात हे आले आहे.

- **जगन्नाथ पुरी, ओडिसा:** येथे अहिल्याबाईंनी श्रीरामचंद्र मंदिर बांधले, त्यासोबत अन्नछत्र आणि एक बाग पण उभारली.

शिवभक्त असल्याने अहिल्याबाईंनी अनेक शिवमंदिरांची पुनर्बांधणी केली, यामध्ये आश्चर्य नाही. खंडोबा होळकर घराण्याचे कुलदैवत असल्याने अनेक मल्हारी अथवा खंडोबाची मंदिरे त्यांनी बांधली यात पण काही विशेष नाही. पण त्यांच्या धार्मिक कार्याला कोणत्याही पंथाचे बंधन नव्हते. अहिल्याबाईंनी राम, कृष्ण, विठ्ठल, हनुमान, बालाजी, देवी अशा सर्व देवांची मंदिरे उभारली.

वैदिक परंपरेतून उगम पावलेल्या सर्व आध्यात्मिक पंथांना त्यांचा अक्षरे लाभला – नाथ संप्रदाय, महानुभाव पंथ, वारकरी पंथ, रामदासी पंथ, गाणपत्य संप्रदाय वा दत्त संप्रदाय. चिंचवडपासून कोल्हापूरपर्यंत आणि जामगावातील समर्थ रामदास स्वामींच्या मठापासून पुष्करमधील गणेश मंदिरापर्यंत अहिल्याबाईंचे दान सगळीकडे पोचले.

अहिल्याबाई केवळ माळव्याच्या राणी नाही, तर मनाने त्या संपूर्ण भारतवर्षाच्या सम्राज्ञी होत्या. देशभरातील तीर्थस्थळांना आणि लोकांना दिलेल्या आश्रयातून त्यांच्या व्यापक राष्ट्रीय दृष्टिकोनाचा परिचय होतो. त्यांच्या मंदिर उभारणीच्या रथाला कोठेही अडथळा

झाला नाही, म्हणून त्यांना 'चक्रवर्ती' म्हणणे वावगे ठरणार नाही. धर्मचक्राला गती देण्याचे महत् कार्य त्यांनी केले म्हणून सुद्धा त्यांना 'चक्रवर्ती' म्हणणे योग्य ठरेल.

## मंदिर अर्थकारणाचे पुनरुज्जीवन

मुघलराजच्या अंध:कारानंतर, अहिल्याबाई होळकर या धार्मिक नवचैतन्याच्या द्रष्ट्या शिल्पकार म्हणून उदयास आल्या. धार्मिक यात्रेला पुनर्जीवन देण्यासाठी त्यांनी प्रवासातील प्रत्येक गरजेचा विचार करून विकास योजना आखली होती.

अहिल्याबाईंना हे नक्कीच उमजले होते की केवळ मंदिर बांधून यात्रा होऊ शकत नाही. त्यांनी त्याभोवती पूर्ण रचना उभी केली :

- तीर्थस्थळांना जोडणारे रस्ते बांधले.
- प्रवाश्यांची तहान भागवण्यासाठी विहिरी बांधल्या.
- रस्त्याने सावली आणि फळांसाठी फळझाडे लावली.
- विश्रांतीसाठी जागोगजी धर्मशाळा उभारल्या.
- यात्रेकरूंसाठी अन्नछत्रे सुरू केली.

या उपक्रमांद्वारे अहिल्याबाईंनी यात्रेच्या प्रत्येक पैलूला स्पर्श केला. यात्रा सुलभ केल्याने या मार्गांवरून यात्रेकरूंसोबत केवळ श्रद्धा नाही तर व्यापार पण आला. स्थानिक कारागिरांना त्यांच्या हस्तकलेसाठी नवीन बाजारपेठा मिळाल्या आणि त्यामुळे ठिकठिकाणी समृद्धीचं चक्र फिरू लागलं.

## धर्मशाळांचे जाळे

त्या अस्थिर काळात, मंदिरांची नगरे हिंदू प्रतिकारासाठी आश्रयाचे स्थान झाले  होते. या आश्रय स्थानांच्या जाळ्याची एक झलक आपल्याला छत्रपती शिवाजी महाराजांच्या १६६६ मधील आग्र्याहून झालेल्या धाडसी सुटकेमध्ये दिसते. वेषांतर करून, काही निष्ठावान सोबत्यांसह त्यांनी एका मंदिर नगरातून दुसऱ्या नगरीत प्रवास केला होता – मथुरा, प्रयाग, काशी, गया, पुरी – या प्रत्येक ठिकाणी त्यांना आश्रय आणि संरक्षण मिळाले होते.

मथुरेत, श्रीकृष्णाच्या भूमीत, लहानग्या संभाजीराजांना एका ब्राह्मण कुटुंबाने काही महिने आश्रय दिला होता. पुढे त्या कुटुंबाने बाळराजांना सुखरूपपणे रायगडावर पोचवले होते. ही ठिकाणं केवळ प्रवासातील थांबे नव्हती, तर भारतीय उपखंडात पसरलेल्या हिंदू ऐक्याच्या साखळीतील महत्त्वाच्या कड्या होत्या.

अहिल्याबाईंच्या आधी, सुमारे शंभर वर्षांपूर्वी समर्थ रामदासस्वामींनी श्रीराम व हनुमानाची अनेक मंदिरे उभी केली होती. स्वामींनी आणि त्यांच्या शिष्यमंडळींनी बद्रीनाथपासून कर्नाटक पर्यंत शेकडो मठांची स्थापना केली. ही धार्मिक केंद्रे केवळ उपासनेची ठिकाणं नव्हती; तर हिंदवी स्वराज्याच्या हितासाठी एक सुसंघटित गुप्तचर जाळं म्हणूनही कार्य करत असावीत, असे मानले जाते.

स्वामींचे हे कार्य अहिल्याबाईंच्या निरीक्षणातून सुटले नसणार. त्यांना निश्चितच या पावन स्थळांच्या आध्यात्मिक, सामाजिक, आणि राजकीय महत्त्वाची जाणीव होती. श्रद्धेचे हे दुर्ग बळकट करण्यामागे केवळ भक्ती नव्हती, तर ती एक दूरदृष्टी होती –

कारण बरीचशी मंदिरे हिंदू धर्माला अनुकूल नसलेल्या शासकांच्या प्रांतात होती.

अहिल्याबाईंनी फक्त मंदिरेच बांधली नाहीत, तर तेथील कारभार चालण्यासाठी व्यवस्था लावून दिली होती. धर्मशाळांभोवती संरक्षक भिंती बांधल्या होत्या. त्याद्वारे यात्रेकरू, स्थानिक, प्रवासी आणि संकटात सापडलेल्या हिंदूंसाठी एक सुरक्षित आश्रय तयार केला.

या धर्मशाळांच्या मार्फत अहिल्याबाईंनी हिंदू ऐक्याचे एक जाळं निर्माण केलं. पारतंत्र्यात जगणाऱ्या हिंदूंना या स्थळांतून स्वातंत्र्याची झुळूक, सांस्कृतिक स्वायत्ततेचा अनुभव आणि त्यांच्या सामूहिक वारशाची स्मरण मिळत होते. या सामूहिक सामर्थ्याच्या केंद्रांमध्ये गुंतवणूक करून अहिल्याबाईंनी हिंदू संस्कृतीच्या आत्म्याचे रक्षण केले.

राजकीय सीमा पार करून अहिल्याबाईंनी ही आश्रयस्थाने निर्माण केली होती. त्यांना ठाऊक होतं की खरी ताकद फक्त सैन्यात नसते, तर ती सामायिक श्रद्धा आणि समुदायातील परस्पर पाठिंब्यात असते.


## एकसंघ भारत

विष्णुपुराणात भारताच्या भौगोलिक विस्ताराचे वर्णन केले आहे:

**उत्तरं यत् समुद्रस्य हिमाद्रेश्चैव दक्षिणम् ।**
**वर्षं तद् भारतं नाम भारती यत्र सन्ततिः ॥**

*समुद्राच्या उत्तरेस आणि हिमालयाच्या दक्षिणेस असलेला जो भूभाग आहे, तो "भारत" म्हणून ओळखला जातो. तिथे राहणारे भारताची संतती आहेत.*

अहिल्याबाईंनी इतिहास-पुरणांतून हा एकसंघ भारत जाणला होता. त्यामुळे हिमालयापासून सागरपर्यंत पसरलेला भारत त्यानं त्यांच्या कार्यासाठी खुणावत होता.

पुराणांनी स्थान-माहात्म्यामधून भारतभर पसरलेल्या हजारो तीर्थक्षेत्रांचे महत्त्व सांगितले आणि दस्तऐवजीकरण केले. पेशावरपासून ढाकापर्यंत, काश्मीरपासून श्रीलंकेपर्यंत आणि बलुचिस्तानपासून तिबेटपर्यंत पसरलेली ही पावनस्थळे भारताच्या आध्यात्मिक आणि सांस्कृतिक सीमा दर्शवतात.

भारताची धार्मिक एकता काशी विश्वनाथ मंदिरासंबंधीच्या घटनांमधून स्पष्ट दिसून येते –

- १३व्या शतकाच्या उत्तरार्धात, जेव्हा काशीला जाणाऱ्या यात्रेकरूंना जिझिया कर भरावा लागत होता, तेव्हा होयसळ सम्राट श्रीनरसिंह तृतीय, जो स्वतः जैन होता, त्याने आपल्या नागरिकांच्या यात्रेसाठी हेब्बाळ गावाचा महसुल लावून दिल होता. यातील काही रक्कम काशी विश्वनाथ मंदिराच्या देखभालीसाठी पण तो देत असे.
- हे मंदिर उद्ध्वस्त केले गेले, तेव्हा वेगवेगळ्या काळात एकदा एका साधूने, मग राजपूत राजा तोडरमलने, नंतर एका गुजराती व्यापाऱ्याने आणि शेवटी देवी अहिल्याबाईंनी ते पुन्हा बांधले.
- अहिल्याबाईंनी बांधलेल्या मंदिरावर सोन्याचा कळस चढवला शीख राजा रणजितसिंह यांनी.

एक शीख, एक जैन, एक हिंदू, एक दक्षिण भारतीय, एक उत्तर भारतीय, एक पश्चिम भारतीय, एक राजा, एक राणी, एक साधू, एक ब्राह्मण, एक क्षत्रिय, एक वैश्य आणि एक शूद्र — अशा

सर्वांनी काशी विश्वनाथाची मनोभावे भक्ती केली. यातून भारताची धार्मिक, सांस्कृतिक आणि भौगोलिक एकता कळते.

अहिल्याबाईंचा अजून एक उपक्रम होता गंगाजल अभिषेकचा. विविध शिवमंदिरांमध्ये दरवर्षी तिचे वाहक अभिषेकसाठी कावड भरून गंगाजल नेत असत. त्यामध्ये भारतभरातील शिवलये होती -

- **दक्षिण:** रामेश्वरम्, मल्लिकार्जुन, गोकर्ण महाबळेश्वर
- **पश्चिम:** पंचवटी, त्र्यंबकेश्वर, भीमाशंकर, सोमनाथ, द्वारका, नाथद्वार
- **मध्य:** महाकालेश्वर, राजराजेश्वर, वैजनाथ
- **उत्तर:** बद्री केदारेश्वर, काशी विश्वनाथ, पशुपतिनाथ

हे केवळ धार्मिक कृत्य नव्हते. गंगेचे पवित्र जल विविध प्रांतांतील शिवमंदिरांमध्ये अर्पण करून अहिल्याबाई राष्ट्रीय एकात्मतेची भावना पेरत होत्या. या उपक्रमातून त्यांनी भारताच्या विविध भागांना गंगाजलाच्या पवित्र नात्याने जोडले.

अहिल्याबाईंच्या घाटांनी केवळ भक्तांची सोय केली असे नाही, तर ते घाट नावा बांधण्यासाठी, नावेत प्रवाश्यांना चढण्या उतरण्यासाठी उपयुक्त होते. त्यामुळे नदीच्या दोन्ही काठांना जोडण्याचे काम झाले. अहिल्याबाईंच्या घाटांनी, रस्त्यांनी आणि पुलांनी भारताच्या वेगवेगळ्या भागांना जोडले. आध्यात्मिक, सांस्कृतिक, भौगोलिक आणि सामाजिक दृष्टीने.

अहिल्याबाईंच्या या प्रयत्नांचे महत्त्व तेव्हा ठळकपणे दिसते जेव्हा आपण त्यांची तुलना नंतरच्या ब्रिटीश धोरणांशी करतो. सन १८०३ पासून ब्रिटीशांनी बंगालपासून पंजाबपर्यंत एक कस्टम लाईन बांधायला सुरुवात केली. ह्या रेषेने भारताचे दोन भागात विभाजन केले — एकीकडे खाऱ्या समुद्रापासून दूर असलेला अंतर्गत भाग

आणि दुसरीकडे किनारी भाग जिथे मीठ तयार होत असे. ही कस्टम लाईन म्हणजे एक भव्य काटेरी झुडूप होते, जे जवळपास १२ फूट उंच आणि १४ फूट रुंद होते. *"द ग्रेट हेज ऑफ इंडिया"* म्हणून ओळखली जाणारी ही सीमा सुमारे ४,००० किमी लांब होती. या सीमेवर १२,००० कर्मचारी तैनात होते. हे कर्मचारी मीठकर वसुलीचं काम करायचे. येथे लाखो रुपयांचा मीठकर गोळा होत असे. पण त्याचबरोबर या रेघेने भारतीयांचा मुक्त व्यापार, प्रवास आणि एकमेकतील संपर्क तोडला.

अहिल्याबाईंचे कार्य केवळ भूतकाळ जपणारे नव्हते, तर एकतेचे पोषण करून जपणारे होते. अहिल्याबाई भारतीयांना एकमेकांशी जोडून सबल करत होत्या, तर ब्रिटीश भारतीयांना एकमेकांपासून तोडून त्यांना अशक्त करत होते.

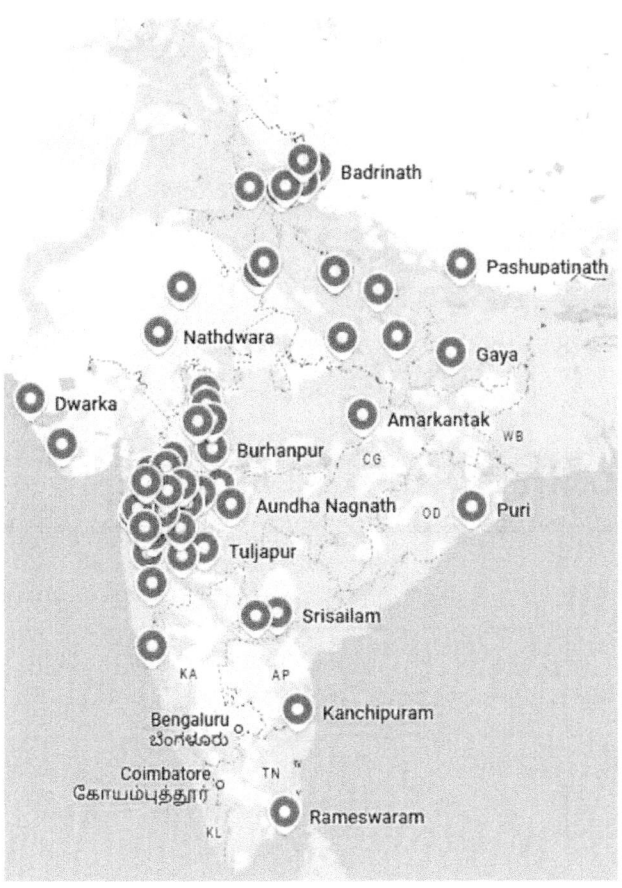

अहिल्याबाईंच्या कार्याची व्याप्ती

# ५. अहिल्याबाईंचे निजी जीवन

# अहल्या कामधेनु

पंडित खुशलिराम भट यांना अहिल्याबाईंच्या दरबारात पाचारण करण्यात आले होते. त्यांच्या समोर बसल्या होत्या देवी अहिल्याबाई – आपली स्तुती करणारा चरित्र ग्रंथ लिहायला सांगण्यासाठी नाही - तर एक जिज्ञासू राज्ञी म्हणून त्यांनी खुशालीराम यांना राजधर्मावर ग्रंथ लिहिण्याची आज्ञा केली.

खुशलिराम भटांनी हा धर्मशास्त्र विषयक ग्रंथ लिहिला आणि त्याला नाव दिले **अहल्या-कामधेनु**. १७७१ मध्ये पूर्ण झालेल्या या ग्रंथात सुमारे १५०० पाने असून, त्यात राजधर्माचे विविध पैलू समाविष्ट आहेत. जशी कामधेनु इच्छापूर्ती करणारी गोमाता मानली जाते, तसा हा ग्रंथ राजकारण्याला राजधर्माच्या ज्ञानाचं दूध देतो.

या ग्रंथातील प्रत्येक अध्यायाला वत्स (वासरू) असे नाव आहे. प्रत्येक वत्स म्हणजे राजकारण अथवा धार्मिक कृत्याचा एक पैलू. त्या बरोबरच या ग्रंथामध्ये समाविष्ट आहे:

- प्रत्येक तिथीसाठी ठरलेली धार्मिक विधी.
- विविध संस्कार
- मंदिर दर्शन आणि देवपूजेचे शास्त्र
- वास्तुशास्त्र व मंदिररचना याचे नियम
- जीवनदायिनी नद्यांचे पूजन
- होळकर वंशावळ
- अहिल्याबाईंच्या दानधर्माचे काही उल्लेख

हा ग्रंथ बहुपयोगी आहे: भविष्यातील नेतृत्वासाठी मार्गदर्शक ठरेल असा आहे, तर पारंपरिक धार्मिक विधींसाठी एक संदर्भग्रंथ आहे.

संस्कृत अध्ययन व हिंदू परंपरांचा जागर करणारा हा ग्रंथ संस्कृती पुनरुत्थानाचे प्रतीक आहे.

आजच्या काळातही, राजकारणी नेतृत्वाला धर्माधिष्ठित यश प्राप्त करण्यासाठी आणि सामान्य माणसाला हिंदू जीवनपद्धती समजून घेण्यासाठी, हा ग्रंथ उपयुक्त ठरतो.


## पंचमहायज्ञ

हिंदू धर्मात पंच-ऋणांची संकल्पना खोलवर रुजली आहे. प्रत्येक व्यक्तीवर सृष्टीचे, मागील पिढ्यांचे ऋण आहे अशी ही मान्यता. हे ऋण आहेत – शिक्षक, देवता, निसर्ग, पूर्वज व वंशज, समाज आणि प्राणी यांच्या प्रती. हे ऋण कसे फेडायचे? तर पाच यज्ञ करून. यांना पंचमहायज्ञ म्हटले आहे. हे ऋण अर्थातच फिटणार नसते, पण जोपर्यंत शरीरात शक्ती आहे तोपर्यंत मनुष्याने हे देणे देत राहिले पाहिजे असा संकेत आहे. हे पांच यज्ञ आहेत –

- ब्रह्म यज्ञ – शिक्षकांचा आदर, शिकणे आणि शिकवणे
- देव यज्ञ – नित्य देव पूजा, निसर्गाची सेवा
- पितृ यज्ञ – पालकांची आणि संततीची काळजी वाहणे
- मनुष्य यज्ञ – समाजसेवा करणे
- भूत यज्ञ – प्राण्यांची देखभाल

सामान्य हिंदू कुटुंबात, विद्यार्थ्याला किंवा यात्रेकरुला अन्नदान करणे – ही एक धार्मिक क्रिया मानली जाते. ही कृती जरी लहान वाटली, तरी जेंव्हा प्रत्येक कुटुंब हे करू लागते तेंव्हा त्या समाजात करुणेचा एक प्रवाह निर्माण होतो.

अहिल्याबाई या पंचमहायज्ञाच्या परंपरेच्या वारस होत्या – पण त्यांच्याकडे एका साम्राज्याची साधने असल्याने त्यांच्या हाती पंचमहायज्ञ ही वैयक्तिक परंपरा एक महान सामाजकल्याणकारी योजना ठरली. त्यांच्या दैनंदिनी मध्ये पंचमहायज्ञ दिसतो –

- अहिल्याबाई पहाटे उठून धार्मिक ग्रंथांचे श्रवण करत असत. हा त्यांचा ब्रह्मयज्ञ होता.
- त्यावर त्या पूजा करत असत – हा त्यांचा देवयज्ञ होता.
- सकाळी गायीला त्या चारा घालत – हा त्यांचा भूत यज्ञ होता.
- मध्यान्ही अन्नदान करत. त्यानंतर त्या – कुटुंब, मंत्री, कर्मचारी यांच्यासोबत एकत्र भोजन घेत – हा त्यांचा मनुष्य यज्ञ होता.
- दुपारी दरबारात जात आणि संध्याकाळपर्यंत राज्यकारभार पाहत. सूर्यास्तानंतर संध्याकाळची पूजा करत आणि थोडा फलाहार घेत असत.
- रात्री ९ वाजता त्या पुन्हा दरबारात जात आणि ११ वाजेपर्यंत काम करत. यावेळी त्या पत्रे वाचत आणि लिहून घेत. त्यानंतर विश्रांतीस जात.

अहिल्याबाईंचे पंचमहायज्ञ हे केवळ वैयक्तिक पातळीवर नव्हते, तर सामूहिक कल्याणासाठी पण होते:

## १. ब्रह्म यज्ञ – ज्ञानसेवा:

- पाठशाळांची स्थापना करून शिक्षणची सोय केली
- स्वत: पुराण श्रवण करत ते ज्ञान रयतेला पण मिळावे, म्हणून पुराण वाचनाचे कार्यक्रम आयोजित करत असत.

## २. देव यज्ञ – निसर्ग सेवा:

- अहिल्याबाईंनी मोठ्या प्रमाणात वृक्षारोपण केले.

- तसेच प्रजेला वृक्ष लावण्यासाठी प्रोत्साहित करायला विविध योजना आखल्या.

**३. पितृ यज्ञ – पूर्वजांची सेवा:**

- अहिल्याबाईंनी आपल्या माता – पित्याचा. सासू-ससाऱ्यांचा सन्मान केला, त्यांच्या आज्ञेचे पालन केले.
- समाजातील मोठ्या लोकांचा आदर सत्कार केला.

**४. मनुष्य यज्ञ – मानवतेची सेवा:**

- ठिकठिकाणी अन्नछत्र स्थापन केले
- हिवाळ्यात गोरगरिबांना पांघरूणे देत असत.
- दुष्काळात प्रजेसाठी वापरता यावे म्हणून धान्य साठवत
- कैद्यांना पुरेसे अन्न मिळत असल्याची खबरदारी घेत.
- प्रजेसाठी विहिरी व तलाव बांधले.

**५. भूत यज्ञ – सर्व सजीवांची सेवा:**

- गुरांसाठी कुरण राखून ठेवत
- पक्ष्यांसाठी कणसांची शेतं राखीव ठेवत
- मास्यांसाठी पीठाच्या गोळ्या पाण्यात टाकत असत.

शिक्षण, दान आणि पर्यावरण संवर्धनासाठी शाश्वत पायाभूत रचना उभारून, अहिल्याबाईंनी पंचमहायज्ञाची परंपरा त्यांच्या राज्यकालानंतरही अखंड चालू राहील, याची खात्री केली. प्रत्येक पाठशाळा, प्रत्येक अन्नछत्र, प्रत्येक पुराणपठण — हे सर्व पंचमहायज्ञाच्या चक्राला चालना देणारी, पुढे निरंतर चालू ठेवणाऱ्या संस्था होत्या.

अहिल्याबाईंनी आपले संपूर्ण राज्य एका यज्ञशाळेमध्ये रूपांतरित केले, जिथे राज्यकारभाराचे प्रत्येक कार्य हे परमेश्वराला अर्पण केलेली आहुती होती.

पंचमहायज्ञ केवळ संस्कृत शास्त्रांमध्ये किंवा विद्वानांच्या पुरते मर्यादित नव्हते. भारतीय लोकपरंपरा आणि गीतांमध्ये देखील तीच शिकवण मिळते. श्रीमती मालीनी अवस्थी यांच्या संकलनातील एका सोहर गीतामध्ये (मूल जन्माला आल्यावर म्हणायचे गीत), पितृ, मनुष्य आणि भूत यज्ञाचे सार संगीतले आहे. हा दशरथ आणि कौसल्येतील संवाद आहे –

*कौसल्या – अमवा लगावे कौन फल मिलिये मोरे साहेब?*
*दशरथ – राही बाटे जौनो अमवा खईंये तब फल मिलिहै सुनहू*

*कौसल्या – कुइंय्या बनावे कौन फल मिलिये मोरे साहेब?*
*दशरथ – प्यासा जब पानी पिवये तब फल मिलिहै सुनहू*

*कौसल्या – तलैय्या खनावे कौन फल मिलिये मोरे साहेब?*
*दशरथ – गंय्या पिवे जोणो पनिया तब फल मिलिहै सुनहू.*

*कौसल्या – पूत होवे तो कौन फल मिलिये मोरे साहेब?*
*दशरथ – दुनिया आनंद मनीये, दुनिया मंगल भणीये तब फल मिलेहै*

अहिल्याबाईंची ग्रंथसंपदा ही प्राचीन ज्ञानाचा अमूल्य ठेवा होती. त्यांच्याकडे सनातन धर्माचा पाया असलेली वेद - उपनिषदे होती; वीररसाच्या आणि पुरुषार्थाच्या कथा सांगणारे रामायण - महाभारत होते; भारतीय तीर्थस्थळांची माहिती देणारी पुराणे आणि स्थान माहात्म्य ग्रंथ होते. अहिल्याबाईंकडे असलेली काही पुस्तके -

- **वेद-पोथी, उपनिषदें** – भारतीय चिंतनाचे मूळ स्रोत
- **रामायण, महाभारत** – नैतिक, सांस्कृतिक धार्मिक शिक्षण देणारी महाकाव्ये
- **विष्णु-सहस्रनाम** – विष्णूच्या हजार नावांचे स्तोत्र
- **भगवद्गीता** – धर्मशील जीवनासाठी मार्गदर्शक तत्त्व
- **ज्ञानेश्वरी** – भगवद्गीतेचा मराठी भावार्थ
- **भागवत पुराण, पद्म पुराण** – इतिहास, भूगोलाचे भांडार
- **मथुरा व यमुना माहात्म्य** – तीर्थक्षेत्रांचे वर्णन व माहिती
- **वैद्य निदान** – आरोग्याची कला व विज्ञान
- **दानचंद्रिका** – दानधर्माचे मार्गदर्शन
- **पूजा प्रकार** – पूजाविधींचे ग्रंथ
- **मुहूर्त चिंतामणी** – शुभ वेळेच्या निवडीचे शास्त्र
- **वापी-कूपोत्सर्ग प्रयोग** – विहीर बांधणीचे विज्ञान
- **मल्हारी कवच** – मल्हारीचे रक्षण करणारे मंत्र
- **निर्णयसिंधु पोथी** – धार्मिक आचरणाचे मार्गदर्शन
- **विष्णुप्रतिष्ठा पद्धती** – देवप्रतिष्ठा व मंदिर उभारणीचे शास्त्र

वरील ग्रंथ अहिल्याबाईंच्या पुनरुत्थानाच्या दृष्टिकोनात आधारस्तंभ होते. उदाहरणार्थ - मथुरा आणि यमुना माहात्म्य हे केवळ तीर्थस्थळांचे वर्णन नव्हते – तर ते त्यांच्या महत्त्वाकांक्षी मंदिर व घाट बांधणी योजनांचे आराखडे होते. वापी-कूपोत्सर्ग प्रयोग हा ग्रंथ त्यांच्या जलव्यवस्थापन उपक्रमांना दिशा देणारा होता. विष्णुप्रतिष्ठा पद्धती त्यांच्या मंदिर पुनर्निर्माणात मार्गदर्शन करणारा होता.

मुद्रणकलेच्या आधीच्या काळात, प्राचीन ग्रंथ टिकवण्यासाठी त्यांची हस्तलिखिते करावी लागत. त्या करिता अहिल्याबाई प्रोत्साहन देत. याद्वारे लेखकांना उपजीविकेचे साधन झाले, ग्रंथ टिकले आणि हस्तलिखित पोथ्या कथाकरांना, कीर्तनकरांना भेट देत असत.

जेव्हा अहिल्याबाई पुरोहितांकडून हे ग्रंथ ऐकत असत, तेव्हा त्यांच्या दृष्टीसमोर ती प्राचीन मंदिरे पुन्हा उभी राहत असत. अहिल्याबाईंनी बांधलेले प्रत्येक मंदिर, प्रत्येक जीर्ण घाटाची दुरुस्ती, प्रत्येक दानाचे कार्य – ही सर्व त्यांनी वाचलेल्या आणि ऐकलेल्या ग्रंथातील माहितीचे मूर्त रूपे होते.

अहिल्याबाईंचे ग्रंथालय हा त्यांच्या कारकीर्दीचा गाभा होता. त्यांच्या सांस्कृतिक व आध्यात्मिक पुनरुत्थानाच्या दृष्टीकोनाचा मूळ स्रोत होता. या ग्रंथांप्रती असलेल्या श्रद्धेमुळे आणि त्यातील शिकवण प्रत्यक्षात उतरवण्याच्या त्यांच्या प्रयत्नांमुळे, अहिल्याबाईंनी एक भव्य ब्रह्मयज्ञ घडवून आणला – जो संपूर्ण सभ्यतेला नवजीवन देणारा ठरला.

# श्रीमंत अहिल्याबाईंची साधी राहणी

सामान्यतः राजे-महाराजे त्यांच्या भव्य राजवाड्यांमुळे आणि अद्भुत संग्रहांमुळे ओळखले जातात. पण मराठा राजे याला अपवाद ठरतात. अतिशय साधेपणाने राहणारे हे राजे होते. अहिल्याबाईंचे जीवन "साधी राहणी आणि उच्च विचारसरणी" चे एक उत्तम उदाहरण होते.

अहिल्याबाईंनी संपूर्ण भारतभर भव्य मंदिरे बांधली – आकाशाला भिडणाऱ्या शिखरांसह, कलाकुसरीच्या खांबांनी आणि चित्र-शिल्पांनी सजवलेल्या भिंतींनी युक्त, ही मंदिरे देवतांचे राजमहालच होते जणू!

परंतु त्यांचे स्वतःचे निवासस्थान मात्र साधे होते. तिथे ना संगमरवरी फरशी ना काचांचे दिव्य झुंबर! साधे विटा आणि लाकडी खांबांनी बनवलेले एक छोटेखानी घर होते. या घराच्या केंद्रस्थानी देवघर होते, आणि अंगणात तुळशीचे वृंदावन होते. येथून अहिल्याबाई सकाळ-संध्याकाळ नर्मदा मैय्याचे दर्शन घेत असत.

या घराची वैभव सोन्या-चांदीत नव्हते, तर तिथे येणाऱ्या अतिथिंमध्ये होते. त्यांचे येणे जाणे घराला पावन करत असे. अहिल्याबाईंचे घर एकांतवासाचे स्थान नव्हते – तर काशीच्या दिशेने निघालेल्या यात्रेकरूंना आश्रय देणारा एक विश्रांतीचा थांबा होता.

अहिल्याबाईंच्या आयुष्यातील विरोधाभास त्यांच्या वेशभूषेतही दिसून येतो. महेश्वरी वस्त्रोद्योगाच्या विकास त्यांनी घडवून आणला. त्या रंगीत रेशमी साड्यांवर, सोन्याच्या धाग्यांनी विणलेली साडी नेसू शकत होत्या. पण त्यांनी निवडली – एक साधी पांढरी साडी.

अहिल्याबाई भगवद्गीतेतील "अपरिग्रह" तत्त्व जगत होत्या –

**योगी युञ्जीत सततमात्मानं रहसि स्थितः ।**
**एकाकी यतचित्तात्मा निराशीरपरिग्रहः ॥ ६.१० ॥**

*जो योगी स्वतःच्या मनावर व शरीरावर नियंत्रण मिळवतो, तो*
*एकांतात, निराशा आणि अपरिग्रह – म्हणजेच वस्तूंविषयी*
*आसक्तीपासून मुक्त अशा अवस्थेत जीवन जगतो.*

त्यांचे हे साधे जीवन बॉलिवूडने दाखवलेल्या चकचकीत
राजदरबारांच्या पूर्णपणे विरोधात होते – जिथे भव्य दालने,
रत्नजडित सिंहासनं, भरजरी पडदे आणि रेशमी वस्त्रे लयालेली
राजमंडळी असतात. खरेतर, ब्रिटिश अधिकारी जॉन मॅल्कमने
वर्णन केलेल्या मराठा दरबारात अशा बाह्य झगमगाटाचा
लवलेशही नव्हता. मराठा राज्यकर्त्यांचे बाह्यजीवन त्यांच्या
प्रजेसारखेच साधे होते, आणि म्हणूनच ते जनतेशी जोडलेले होते.

अहिल्याबाईंमध्ये सार्वजनिक भव्य कामगिरी आणि वैयक्तिक
साधेपण यांचा संगम दिसतो. त्यांनी स्वतःवर खर्च करण्याऐवजी
सार्वजनिक हितासाठी निधी वापरला. त्यांच्या नेतृत्वातून,
राहणिमानातून स्पष्ट होते की – खरी सत्ता ही संचयामध्ये नाही, तर
वितरणामध्ये आणि विनियोगात असते. सत्ता म्हणजे आलीशान
राहणे नव्हे, तर प्रजेच्या बरोबर राहून त्यांची सेवा करणे होय.

अहिल्याबाईंचा दरबार

अहिल्याबाईंचा वाडा

## शेवटची वर्षे

अहिल्याबाई होळकर यांची राजकीय कारकीर्द जरी यशाने परिपूर्ण होते, तरी त्यांचे वैयक्तिक आयुष्य दु:खाने भरले होते. त्या काळात त्यांनी दाखवलेली मानसिक ताकद आणि धर्मनिष्ठा हे त्यांच्या अटळ धैर्याचे द्योतक ठरते.

तरुण वयातच अहिल्याबाईंच्या पतीचे खांडेरावांचे निधन झाले. अशा आघाताने कोणी एखादी कोलमडून गेले असते, पण अहिल्याबाईंनी त्यावर मात केली. काही वर्षांनी त्यांचे राजकीय मार्गदर्शक असलेल्या सासऱ्यांचे माल्हाररावांचे निधन झाले –त्यांचा आधारस्तंभ हरवला होता. पण त्यांनी शोक न करता आपल्या मुलाला देखील हेच सांगितले की तू आता तुझ्या धर्माचे पालन कर – माळव्याचा राज्यकारभार हाती घे.

अर्जुनाने युद्धारंभी शोकाने ग्रस्त होऊन क्षत्रिय धर्म सोडण्याची भाषा केली. त्यावेळी श्रीकृष्णाने अर्जुनाला सांगितले -

> **अशोच्यानन्वशोचस्त्वं प्रज्ञावादांश्च भाषसे।**
> **गतासूनगतासूंश्च नानुशोचन्ति पण्डिताः।।**
> श्रीभगवान् म्हणाले – अर्जुना! जे शोक करण्यास योग्य नाहीत त्यांच्यासाठी तु शोक करत आहेस, वर विद्वान असल्यासारखा बोलत आहेस; पण जे ज्ञानी असतात ते कुणासाठीही शोक करत नाहीत. - भगवद्गीता २.११

गीतेला अनुसरून, अहिल्याबाईंवर दु:खाचे डोंगर कोसळले तरी शोकाच्या आहारी जाऊन आपल्या कर्तव्याला विसारल्या नाहीत.

एकाच वर्षाने, त्यांचा एकुलता एक, तरुण मुलगा निधन पावला. नियतीच्या या क्रूर फटक्याने माळव्याच्या गादीचा वारस हिरावून घेतला. पण अहिल्याबाई डगमगल्या नाहीत.

अहिल्याबाईंसाठी आता त्यांची कन्या मुक्ताबाई आणि नातू नाथोबा आशेचा किरण होते. नाथोबाचे लग्न झाले आणि त्यांच्या आयुष्यात नवीन उमेद आली. परंतु, नियतीला हे सुख पहावले नाही की काय कोण जाणे. १७९० मध्ये नाथोबाचे निधन झाले, आणि त्यांच्या मनातील त्याला दत्तक घेऊन आपला उत्तराधिकारी करायचे स्वप्न संपून गेले. एकाच वर्षानंतर मुक्ताबाईच्या पतीचे लहानशा आजाराने अकस्मात निधन झाले. अखेरीस, हृदयद्रावक असा शेवटचा आघात झाला – मुक्ताबाईने सती जाण्याचा निर्णय घेतला.

अहिल्याबाईंच्या डोळ्यादेखत त्यांच्या कुटुंबातील सतरा स्त्रिया सती गेल्या. त्यांचा – पतीच्या इतर स्त्रिया, मुलाच्या बायका आणि नातवाच्या बायका सती गेल्या. कोवळ्या वयाच्या या मुली सती जाताना पाहणे अत्यंत क्लेशकारक होते. सतीची चाल केवळ काही प्रांतांमध्ये आणि काही घराण्यांमध्ये होती. माळव्यातील कैक विधवा स्त्रिया अहिल्याबाईंना भेटायला आल्याची नोंद आहे. त्यामुळे ही प्रथा संपूर्ण माळव्यात होती असे म्हणत येत नाही. तसेच समकालीन राजकीय कुटुंबांमध्ये पण सामान्यपणे सतीची चाल नव्हती. जसे भोसले घराण्यातील जिजाबाई, येसूबाई, ताराबाई तसेच बहुतांश पेशवा विधवा स्त्रिया सती गेल्या नाहीत.

मुक्ताबाई मात्र अहिल्याबाईंच्या विरोधाला न जुमानता सती गेली. तिच्या मृत्यूने अहिल्याबाई शोकसागरात बुडाल्या. त्यांनी अनेक दिवस अन्न त्याग केला. नंतर त्यांनी नर्मदेच्या किनारी मुक्ताबाईच्या स्मृतीप्रित्यर्थ छत्री उभारली, आणि पुन्हा आपल्या कार्याला लागल्या.

अहिल्याबाईंचे आयुष्य शेवटच्या टप्प्यावर आले असताना, त्यांच्या विचारांचा केंद्रबिंदू वैयक्तिक शोक नव्हता, तर त्यांच्या राज्याचा आणि व्यापक मराठा साम्राज्याचा भविष्यकाल होता. तुकोजीराव आणि इतर सरदारांना दिलेला अहिल्याबाईंचा अंतिम सल्ला,  हा

वैयक्तिक महत्वाकांक्षेच्या पलीकडे जाऊन राष्ट्रहिताचा विचार करणाऱ्या नेत्याचा होता:

- सर्वांनी एकत्र यावे. अंतर्गत वैर घातक ठरते हे लक्षात घेऊन एकी दाखवावी.
- राष्ट्र उभारणीस प्राधान्य द्यावे. लहानसहान कुरबुरी सोडून, मोठ्या ध्येयासाठी एकत्र यावे.
- स्थानिक अस्मिता आणि वैयक्तिक अहंकार यांची छाया राष्ट्रहितावर पडू नये. सावध असावे.

अहिल्याबाईंच्या आयुष्यात आलेल्या संकटांपेक्षा त्यांनी संकटाला कसा प्रतिसाद दिला हे पाहणे महत्वाचे आहे. प्रत्येक आघाताने त्यांची वृत्ती खच्ची न करता, त्यांच्या धर्मनिष्ठेला, श्रद्धेला अधिक दृढ केले. त्यांचे अखेरचे दिवस, राज्याच्या भवितव्याच्या निःस्वार्थ काळजीने भरले होते.

मृत्यू समोर असतानाही अहिल्याबाईंना भीती नव्हती. जसे माल्हारराव आणि मालेराव यांच्या निधनानंतर त्या खंबीर राहिल्या, तसे त्या स्वतःच्या मृत्यूलाही धैर्याने सामोरे गेल्या. आरोग्य ढासळत असतानाही, त्यांचा नित्य दानधर्म व सेवाकार्य चालू होते. श्रावण महिन्याच्या चतुर्दशीला (१३ ऑगस्ट १७९५), शिवनामाचा जप करत त्यांनी शांतपणे जगाचा निरोप घेतला. महेश्वरच नव्हे, तर संपूर्ण भारत शोकसागरात बुडाला.

भारतीय इतिहासातील एका तेजस्वी पर्वाचा अंत झाला. आपल्या मागे अहिल्याबाई अनेक भव्य मंदिरे, धर्मशाळा, विहिरी, तलाव आणि संस्कृत पाठशाळांचा एक अमूल्य मूर्त वारसा ठेवून गेल्या. त्याबरोबरच राजधर्माचा, पंचमहायज्ञाचा, अहल्या कामधेनु या ग्रंथाचा अमूर्त वारासा एक धडा म्हणून मागे ठेवून गेल्या.

# ६.अहिल्याबाईंच्या नंतरचे युग

# कालरेखा

| | |
|---|---|
| १७९७ | तुकोजीराव होळकर यांचे निधन |
| १८०० | नाना फडणवीस यांचे निधन |
| १७८२ | पहिले इंग्रज-मराठा युद्ध. मराठ्यांचा विजय. |
| १८०३ | दुसरे इंग्रज-मराठा युद्ध. |
| | ब्रिटिशांनी मराठ्यांकडून दिल्ली जिंकली. |
| | ब्रिटिशांनी नोयडा येथे विजयस्तंभ उभारला. |
| १८१८ | तिसरे इंग्रज-मराठा युद्ध ब्रिटिशांचा विजय |
| | भारतातील वसाहतवादी शासनाची सुरुवात |
| | ब्रिटिशांनी भीमा-कोरेगाव येथे विजयस्तंभ उभारला |
| १८५७ | भारताचे पहिले स्वातंत्र्ययुद्ध |
| १९४७ | भारताचे विभाजन |
| | भारताला स्वातंत्र्य प्राप्त झाले |

## १९व्या शतकाची सुरुवात

१७९५ साली अहिल्याबाईंच्या निधनानंतर एक अशांत काळ सुरू झाला. मराठा साम्राज्याच्या वैभवशाली समर्थ्याच्या अस्तची सुरुवात झाली. अठराव्या शतकाचा सूर्य मावळला, त्या सोबत एक प्रभावशाली मराठा पिढी कालवश झाली – महादजी शिंदे, रघुजी आंग्रे, अहिल्याबाई होळकर, पेशवा सवाई माधवराव आणि नाना फडणवीस – हे सर्व मराठा प्रभुत्वाचे आधारस्तंभ होते.

१७९७ मध्ये तुकोजीरावांच्या मृत्यूनंतर होळकर घराण्यात सत्ता संघर्षाला सुरुवात झाली. अहिल्याबाईंच्या अखेरच्या काळात सुरू झालेले शिंदे-होळकर वैर त्यांच्या मृत्यूनंतर अधिक तीव्र झालं. भोसले घराणं आधीच सत्तासंघर्षाने अस्थिर झालं होतं ते आणखी कमकुवत झालं.

पेशवे घराण्यात सवाई माधवराव पेशव्यांच्या अकाली मृत्यूनंतर आणि नंतर पेशवा नारायणरावांच्या हत्येमुळे सत्तासंघर्षाला तोंड फुटले होते. नाना फडणवीसांनी बारा मंत्र्यांच्या सल्लागार मंडळाद्वारे राज्यकारभार सांभाळला. त्यांनी मराठा साम्राज्याला अंतर्गत संघर्ष व ईस्ट इंडिया कंपनीच्या वाढत्या ताकदीच्या काळात एकत्र ठेवले. सवाई माधवरावांची १७९५ मधील आत्महत्त्या आणि त्यानंतर १८०० मध्ये नानांच्या निधनामुळे मराठा साम्राज्य खिळखिळे झाले.

या अंतर्गत संघर्षांनी माराठ्यांना आतून कमजोर केलं. संधीसाधू ब्रिटीशांनी ही संधी ओळखली आणि आपला डाव खेळला. पहिल्या इंग्रज-मराठा युद्धात मराठ्यांनी इंग्रजांना पराभूत केलं. मात्र १८०३ च्या दुसऱ्या युद्धात इंग्रजांनी मराठ्यांकडून दिल्लीचा ताबा घेतला. अहिल्याबाईंच्या निधनानंतर अवघ्या दोन दशकांत, १८१८ च्या तिसऱ्या इंग्रज-मराठा युद्धात मराठ्यांचा पराभव झाला. या

पराभवाने छत्रपती शिवाजी महाराजांनी रोवलेलं हिंदवी स्वराज्य, जे अनेक पिढ्यांच्या प्रयत्नांनी सांभाळले होते, ते कोसळलं, आणि भारतावर ईस्ट इंडिया कंपनीचं राज्य आले.

या पुढचे बदल अत्यंत वेगवान आणि निर्दयी होते. अहिल्याबाईंच्या निधनानंतर अवघ्या पंचवीस वर्षांत मराठे, राजपूत, वडियार, निजाम आणि इतर लहान मोठे राजे व नवाब, सगळे इंग्रजांच्या वर्चस्वाखाली आले. संपूर्ण उपखंड ६०० हून अधिक संस्थानांचं विखुरलेलं जाळं आणि एक विशाल ब्रिटिश वसाहत बनला. ही संस्थानं ब्रिटिशांच्या हातातील कठपुतलीच्या बाहुल्या बनली.

## १८५७ चे स्वातंत्र्य समर

ब्रिटिश सत्तेच्या जोखडातून मुक्त होण्यासाठी लढलेले १८५७ चे युद्ध, भारताच्या इतिहासातील एक तेजस्वी अध्याय आहे. या युद्धाचे नेतृत्व मुख्यतः मराठ्यांनी केले – नानासाहेब पेशवे, तात्या टोपे आणि झाशीची रणरागिणी राणी लक्ष्मीबाई. राणी युद्धात धारातीर्थी पडल्या, तात्या टोपे पकडले गेले, त्यांना फाशी देण्यात आली; आणि नानासाहेब पेशवे भूमिगत झाले, ते पुन्हा कधीही दिसले नाहीत.

या परकीय सत्तेविरुद्धच्या युद्धात देशातील संस्थानांची भूमिका मिश्र होती – काहींनी क्रांतीकारकांना आसरा दिला, काहींनी तटस्थ भूमिका घेतली, तर काहींनी इंग्रजांची बाजू घेतली.

या युद्धाचा परिणाम फार भयानक होता. या युद्धात सुमारे ६,००० इंग्रज मारले गेले. परंतु विजय मिळाल्यानंतर इंग्रजांनी क्रांतीकारकांवर अत्यंत अमानुष सूड घेतला. 'A comprehensive history of India' या पुस्तकात पी. एन. चोप्रा लिहितात –

केवळ अवधमध्ये अंदाजे १.५ लाख भारतीय मारले गेले, त्यापैकी १ लाख तर सामान्य नागरिक होते. दिल्लीवर पुन्हा ताबा मिळवल्यानंतर ग्रँड ट्रंक रोडच्या झाडांवर स्वातंत्र्य सैनिकांना फासावर लटकवणे अथवा तोफेच्या तोंडी देण्याचे सत्र सुरू झाले. पुढील तीन वर्षांत लाखो भारतीयांचा बळी गेला. १८५९ पर्यंत हे बंड पूर्णपणे संपवण्यात आले.

या रक्तपातानंतर भारत इंग्रजांच्या अधीन गेला आणि पुढील ९० वर्षांसाठी परकीय गुलामगिरीचं जीवन भोगावं लागलं.

## ब्रिटिश राज

अहिल्यायुगाचा सूर्य मावळला आणि भारतात एक नवीन रात्र सुरू झाली — वसाहतवादी राजवटीची काळरात्र. हा काळ मंदिरसंस्थेवर झालेल्या हल्ल्यांचा एक वेगळा, पण तितकाच विनाशकारी अध्याय ठरला. मंदिरसंस्थेला अहिल्याबाईंसारख्या नेतृत्वांनी पुनरुज्जीवित केले होते त्याच्या मुळावरच हल्ला होणार होता.

गोव्यात, पोर्तुगीजांच्या सत्तेत — शेकडो हिंदू मंदिरे जमीनदोस्त करण्यात आली. अनेक वेळा या पवित्र मंदिरांचे अवशेषच नवीन चर्च बांधण्यासाठी वापरले गेले. हे दृष्य केवळ स्थापत्याचे नाही, तर संपूर्ण सांस्कृतिक आणि धार्मिक अधिपत्याचे क्रूर प्रतीक होते. या हल्ल्यांनी – अपमान आणि विस्थापनाचे एक अविरत चक्र सुरू झाले.

इंग्रजांच्या राजवटीत मंदिरसंस्थेवर अधिक गंभीर परंतु छुपे हल्ले झाले. या हल्ल्यातून मंदिरांचे भौतिक स्वरूप टिकून राहिले, पण मंदिरसंस्थेचा आत्मा योजनाबद्धरीत्या नष्ट केला गेला:

१.  **शैक्षणिक व्यत्यय:**

मंदिरांशी संलग्न असलेल्या पाठशाळा आणि गुरुकुल हे शिक्षणाची प्राचीन केंद्र होते, पण ब्रिटिश राज मध्ये मंदिरांतून चालणारी भारतीय शैक्षणिक व्यवस्था हळूहळू मोडीत काढण्यात आली.

२.  **सांस्कृतिक क्षय:**

मंदिरांच्या प्रांगणात जोपासलेली संगीत व नृत्याची समृद्ध परंपरा मंदिरांपासून तोडली गेली. देवदासी परंपरा, जी एकेकाळी कलांचे पोषण करणारी आणि सन्माननीय मानली जायची, तिची दुर्दैवी अधोगती झाली. देवदासी महिलांची कलाकार ही ओळख पुसून वेश्या अशी केली गेली. भारतीय संगीत आणि नृत्य परंपरेचे दीर्घकाळ पोषण आणि रक्षण करणारी ही प्रतिष्ठित संस्था मोडीत निघाली. त्यामध्ये असंख्य देवदासी बेरोजगार व उपेक्षित झाल्या.

३.  **आर्थिक गळचेपी:**

धार्मिक ट्रस्ट कायद्यांच्या (Religious Endowments Acts) माध्यमातून मंदिरांची संपत्ती व उत्पन्न सरकारच्या ताब्यात आली. या शासकीय हस्तक्षेपामुळे, स्थानिक कला, धर्मशाळा, पाठशाळा, गोशाळा, औषधोपचार केंद्रे आणि अन्य समाजोपयोगी सेवांसाठी वापरला जाणारा निधी अन्य ठिकाणी वळवला गेला.


मंदिरे, जी एके काळी शैक्षणिक, सामाजिक, सांस्कृतिक आणि आध्यात्मिक केंद्रे होती, ती केवळ पूजेपुरती मर्यादित राहिली. त्यांच्या भूमिकेला मोठा फटका बसला. मंदिर संस्थांवर झालेल्या या

आक्रमण सोबत ब्रिटिशांनी आणखी एक सांस्कृतिक आक्रमण सुरू केले, जे भारतीय संस्कृतीच्या गाभ्यावर घाव घालणारे होते:

**भारतीय भाषा:**

संस्कृत – जी अध्यात्म, विज्ञान व तत्त्वज्ञानाची भाषा होती – तिचे महत्व कमी केले गेले. स्थानिक भाषांना 'vernacular' (कमी प्रतीची, कमी दर्ज्याची, खालच्या स्तरातील लोकांची भाषा) म्हणून हिणवले गेले.

**पारंपरिक ज्ञान:**

इतिहास आणि पुराणे – जे भारतीय ज्ञान व सांस्कृतिक स्मृतीचे स्रोत होते – यांना "मिथक" म्हणून नाकारले गेले आणि ते उपहासाचे धनी झाले. आयुर्वेद, वास्तुशास्त्र, ज्योतिषशास्त्र यांसारख्या पारंपरिक ज्ञानशाखांना अंधश्रद्धा म्हणून फेटाळण्यात आले. धर्मशास्त्र – प्राचीन आचारसंहिता – यांना स्त्रीद्वेषी आणि जातीयवादी ठरवून त्यांची निंदा करण्यात आली.

**पारंपरिक तंत्रज्ञान:**

जहाजबांधणी, धातुकर्म, पोलाद निर्मिती, वस्त्रनिर्मिती इत्यादी पारंपरिक उद्योग – जे स्थानिक अर्थव्यवस्थेचा कणा होते – त्यांना हेतुपुरस्सर मोडले. बरेचसे उद्योग इंग्लंडला हलवले.

ह्या सांस्कृतिक वसाहतवादाचा परिणाम दूरगामी होता. प्रशासन आणि न्यायव्यवस्थेमध्ये भारतीय भाषांच्या जागी इंग्रजीची स्थापना झाली. ब्रिटिश शिक्षणपद्धती, जी संकुचित पाश्चात्त्य दृष्टिकोनावर आधारित होती, तिने भारतीय ज्ञानाच्या उदात्त दृष्टिकोनाची जागा घेतली.

ब्रिटिश राज्यघटनेतील वैयक्तिक अधिकारांच्या विचाराने भारतीय धर्मप्रधान व्यवस्थेतील कर्तव्यांच्या संकल्पनेवर अतिक्रमण केले. भारताच्या संपत्तीने आणि ज्ञानाने युरोप मधील औद्योगिक क्रांतीस गती दिली. त्याचा परिणाम असा झाला की इंग्लंडमधून मोठ्या प्रमाणात स्वस्त उत्पादने भारतात येऊ लागली, ज्यामुळे भारतीय कुटिरोद्योगांवर मोठा आघात झाला.

ही वसाहतवादी पद्धत जरी भौतिकदृष्ट्या विध्वंसक नव्हती, तरी ती अधिक घातक होती — कारण तिने भारतीय संस्कृतीच्या आणि अस्मितेच्या मुळावरच घाव घातला.

## मुघलराज नंतर सांस्कृतिक पुनरुत्थान

अहिल्याबाई सत्तेवर आल्या तेंव्हा मुघल सत्ता कमकुवत झाली होती. भारत शतकानुशतकाच्या परकीय राज्याच्या जोखडातून मुक्त होत होता. या सांस्कृतिक पुनरुज्जीवनाच्या काळात, अहिल्याबाईंचे कार्य छत्रपती शिवाजी महाराजांच्या दूरदर्शी विचारांशी सुसंगत होते. इतिहासकार गजानन मेहेंदळे यांनी छत्रपती शिवाजी महाराजांचे त्रिसूत्री ध्येय स्पष्ट करताना म्हटले आहे – उद्ध्वस्त मंदिरे पुन्हा उभारणे, भाषेतील परकीय भ्रष्ट प्रभाव दूर करणे, आणि धर्मांतरितांची घर-वापसी करणे.

छत्रपती शिवाजी महाराजांनी सुरू केलेली परकीयांनी उद्ध्वस्त केलेली मंदिरे परत मिळवण्याची परंपरा त्यांच्या उत्तराधिकारी छत्रपती संभाजीराजे आणि नानासाहेब पेशवे यांनी चालवली. ती परंपरा अहिल्याबाईंनी एका वेगळ्याच उंचीवर नेली.

अहिल्याबाईंनी केलेली मंदिर पुनर्बांधणी ही त्या जुन्या जखमांवर मारलेली फुंकर होती. रजत मित्रा म्हणतात - मंदिरांवर आणि

तीर्थस्थळांवर सतत होणाऱ्या हल्ल्यांनी हिंदू समाजमनवर वर खोल आघात झाले होते, ते अनेक पिढ्यांवरील मानसिक आघात होते. ह्या जखमा अनेक वर्षे दुर्लक्षित राहिल्या असून हिंदूंनी त्या वेदना मूकपणे सहन कराव्या लागल्या आहेत.

अहिल्याबाईंनी वेदना कामी करण्याचे काम शांततेने व सातत्याने केले. त्यांच्या मंदिर पुनर्निर्माण कार्याने तीर्थस्थळे परत मिळवून दिली होती, हरवलेला आत्मसन्मान पुन्हा दिला होता आणि पिढ्यानपिढ्यांच्या वेदनांना न्याय दिला. या भूतकाळाच्या जखमा मिटवून पुढे जाण्यासाठी नव्या युगाची दारे उघडली होती.

## ब्रिटिशराजनंतर राहिलेले सांस्कृतिक पुनरुत्थान

ब्रिटिश सत्तेच्या संध्याकाळी, अनेक द्रष्ट्यांनी अहिल्याबाईंची सांस्कृतिक संवर्धनाची मशाल पुढे नेली. बिर्लांनी नवीन मंदिरे बांधली; जगन्नाथ शंकर शेट यांनी संस्कृत भाषेचा प्रचार केला; औंधच्या राजांनी योगाचा प्रसार केला; स्वामी विवेकानंदांनी नववेदांत मांडला; दादासाहेब फाळकेंनी रामायण, महाभारत आणि पुराणकथा चित्रपटाद्वारे पुन्हा सांगितल्या; महेन्द्रलाल सरकार यांनी उच्च शैक्षणिक संस्था स्थापन केल्या; बडोद्याचे गायकवाड आणि मैसूरचे वडियार यांनी धरणे बांधली, पायाभूत सुविधा आणि संशोधन संस्थांचा विकास केला; टाटांनी आधुनिक उद्योगाचे बीज रोवले आणि अनेक नेत्यांनी स्वराज्य व स्वदेशीची चळवळ पुढे नेली.

या प्रयत्नांचा बहुतांश भाग स्वातंत्र्यपूर्व काळातील होता. ब्रिटिश राज संपल्यावर भारतासमोर एक प्रचंड सांस्कृतिक पुनरुज्जीवनाचे

आव्हान उभे होते – अहिल्याबाईंच्या कार्याचा विस्तार करणे. ब्रिटिश प्रभाव मुघल प्रभावपेक्षा सूक्ष्म असल्याने अहिल्याबाईंचे कार्य अधिक प्रयत्नाने राबवणे गरजेचे होते.

दुर्दैवाने, या सांस्कृतिक पुनरुज्जीवनाच्या कार्याला नव्या सरकारकडून पुरेशी दिशा, पाठबळ वा प्रोत्साहन मिळाले नाही. भारताच्या विकास आणि शैक्षणिक धोरणांमध्ये याचा समावेश झाला नाही. पी. व्ही. काणे यांनी १९४६ मध्ये भाकीत केले होते की, स्वातंत्र्य मिळाल्यानंतर संस्कृत शिक्षण व भारतीय विद्याशाखांचा नाश होईल – ते दुर्दैवाने खरे ठरले.

मुघल सत्तेनंतर अहिल्याबाईंनी जे सांस्कृतिक पुनरुज्जीवन केले त्यामध्ये समाविष्ट होते:

- मंदिर पुनर्निर्माण
- संस्कृत भाषेचा प्रचार
- प्रशासनात स्थानिक भाषेचा वापर
- इतिहास, पुराण आदि ग्रंथांच्या वाचनास प्रोत्साहन
- हिंदू आचरणाचा प्रचार, प्रसार

हा स्पष्ट आराखडा अस्तित्वात असूनही, स्वातंत्र्योत्तर भारताने वरील पैकी एकही मुद्द्यावर धोरणात्मक काम केले नाही. शिक्षण, न्यायव्यवस्था आणि प्रशासनात मोठ्या प्रमाणावर ब्रिटिश प्रणालीच चालू ठेवली. या क्षेत्रांमध्ये इंग्रजीचे वर्चस्व आजही टिकून आहे. स्वातंत्र्य मिळाल्यावर इतर देशांनी सर्व कारभार आपल्या भाषेत सुरू केला – जसे की श्रीलंका, बर्मा, इंडोनेशिया, मलेशिया, थायलंड, व्हिएतनाम इ. पण हे भारतात झाले नाही.

ब्रिटिश सत्तेनंतर सांस्कृतिक पुनरुज्जीवनाचे काम अहिल्याबाईंच्या काळापेक्षा अधिक व्यापक असावयास हवे होते -

**मंदिर पुनर्बांधणी:**

- मंदिरांचा जीर्णोद्धार करणे.
- मंदिरांच्या जमिनी, बागा, ध्यानमंदिरे, प्रवचनगृहे, पाठशाळा, सांस्कृतिक मंच, गोशाळा, आखाडे आणि ग्रंथालये पुन्हा कार्यान्वित करण्यास मदत करणे.
- मंदिरांना स्वायत्तता देणे.
- काही मंदिरे देवताविना केवळ ऐतिहासिक स्मारके बनून राहिली आहेत. अशा मंदिरांमध्ये पुन्हा मूर्तीची प्राणप्रतिष्ठा करून त्यांना पुनर्जीवन देणे.

**भाषा आणि शिक्षण:**

- गणित, विज्ञान आणि तांत्रिक ज्ञान स्थानिक भाषांमध्ये उपलब्ध करून देणे.
- प्रशासकीय कामकाजात स्थानिक भाषांचा वापर करणे.
- हिंदू धर्मग्रंथांतील नीतिशिक्षण आणि नैतिक मूल्ये अभ्यासक्रमात पुन्हा समाविष्ट करणे.
- संस्कृत भाषेचा प्रचार व प्रसार करणे.

**स्थानिक उद्योग आणि ज्ञान:**

- विविध क्षेत्रांतील पारंपरिक ज्ञानाचे पुनरुज्जीवन करणे.
- पारंपरिक उद्योगांना बळकटी देणे.

**इतिहास आणि भूगोल:**

- जनतेचे आध्यात्मिक भूमिशी तुटलेले नाते पुन्हा जोडणे.
- ग्रंथांमधून सांगितलेल्या प्राचीन इतिहासांद्वारे जनतेला त्यांच्या सनातन मुळांशी जोडणे.

**सांस्कृतिक आत्मविश्वास:**

- भारतीय सांस्कृतिक वारशाचा अभिमान जागवणे.
- पाश्चात्त्य मॉडेल्सचे अंधानुकरण न करता परंपरेचा चिकित्सक विचाराने अभ्यास व स्वीकार करण्यास प्रोत्साहन देणे.

या कार्याचा व्याप मोठा आहे. त्यासाठी राजकीय, शैक्षणिक, न्यायिक आणि आध्यात्मिक क्षेत्रातील नेतृत्त्वाने एकत्रितपणे दीर्घकालीन आणि सातत्यपूर्ण प्रयत्न करणे गरजेचे आहे. या पुनरुज्जीवनासाठी प्रत्येक क्षेत्रात अहिल्याबाईंसारख्या नेत्यांची गरज आहे. या सांस्कृतिक पुनरुज्जीवनात कैक अडचणी आहेत–

- वसाहतवादी मानसिकतेवर मात करणे,
- भारतीय संस्कृती संग्रहालयात जपण्याची गोष्ट मानण्याऐवजी, ती एक सजीव, प्रगतिशील आणि भविष्यदर्शी शक्ती म्हणून ओळखण्याचा मानसिक बदल घडवणे.
- समृद्ध परंपरांचा नवीन गरजांशी समतोल साधणे

हे पुनरुज्जीवन म्हणजे भूतकाळाकडे परत जाणे नाही, तर भारतीय सभ्यतेची सनातन तत्त्वे २१व्या शतकाच्या आव्हानांना तोंड देण्यासाठी उपयोगात आणणे. ब्रिटिशराजनंतर जे सांस्कृतिक पुनरुज्जीवनाचे कार्य अपूर्ण राहिले ते आजही आवश्यक आहे.

## एकसंघ, पवित्र भारत

अहिल्याबाईंना दिसणार भारत - एकसंध आणि पावन होता. ब्रिटिशांचा दृष्टीकोन पूर्णतः विसंगत होता. त्यांच्या दृष्टीतील फरक असे होते –

**माता भूमिः पुत्रोऽहं पृथिव्याः –**

अहिल्याबाईंसाठी – नद्या, पर्वत आणि तीर्थक्षेत्रांनी युक्त असलेली भारतभूमी ही आराध्य देवता होती, भूमाता होती. त्या भूमीचे नित्य पूजन करावे अशी होती.

पण हीच भूमी ब्रिटीशांसाठी - एक वसाहत, बाजारपेठ अथवा संसाधन होती, जी हवी तशी लुटवी, ओरबाडावी आणि उपभोगावी.

**सर्वम् खलविदम् ब्रह्म**

हिंदू तत्त्वज्ञानाने प्रेरित झालेल्या अहिल्याबाई सर्व जीवांमध्ये परमात्म्याचे अस्तित्व पाहत. त्यामुळे त्यांनी राज्यातील मानवांची काळजी घेतली तशी प्राण्यांचीही काळजी घेतली आणि त्यांच्याही अन्न-पाण्याची व्यवस्था केली.

या विरुद्ध, ब्रिटीश पंतप्रधान विंस्टन चर्चिल यांना भरातीयांमध्ये पशू दिसला. त्यांनी म्हटले होते "Indians are a beastly people with a beastly religion" (पशुवत लोक आहेत) अशा दृष्टीकोनामुळे त्यांना ब्रिटिश राजवटीतील कृत्रिम दुष्काळात सुमारे २ कोटी भारतीयांचा मृत्यू झाल्याने विशेष काही वाटले नाही.

**विविधतेतील एकता:**

अहिल्याबाईंनी शैव, वैष्णव, वारकरी पंथ, रामदासी पंथ अशा सर्व संप्रदायांचे संरक्षण आणि पोषण केले. त्यांचा समावेशक दृष्टिकोन

हिंदू ऐक्य अधिक बळकट करणारा होता. भाषा, प्रांत, जात, पंथ याच्या पलिकडे जाऊन त्यांनी सर्व भारतीय एक दिसत.

अहिल्याबाईंचा *"एकत्र आणा आणि सबळ करा"* असा दृष्टिकोन ब्रिटिशांच्या *"फोडा आणि राज्य करा"* या धोरणाच्या नेमकं उलट होता.

अहिल्याबाईंसाठी हिंदू धर्मग्रंथांनुसार, हिमालयापासून समुद्रापर्यंत पसरलेला भारत एक राष्ट्र होते. ब्रिटीशांना त्याच भारतात भाषेच्या आधारावर अनेक 'देश' (nation) दिसत होते.

**सांस्कृतिक संवर्धन आणि अभिमान:**
अहिल्याबाईंना भारतीय संस्कृती आणि परंपरांचा अभिमान होता. त्यांनी श्रुती, स्मृती, इतिहास आणि पुराणे या ग्रंथांना महत्त्व दिले आणि त्यांचा अभ्यास व प्रसार केला.

या विरुद्ध, ब्रिटिशांनी या ग्रंथांना "काल्पनिक दंतकथा" / Mythology म्हणून फेटाळले. या आरोपांचा सर्वाधिक परिणाम इंग्रजी-शिक्षित हिंदूंवर झाला — जिथे श्रद्धेच्या जागी शंका आली. याचा परिणाम असा झाला की भारतीय लोक त्यांच्या प्राचीन ज्ञानाच्या मूळ स्रोतापासून तोडले गेले — जणू शिशूंना त्यांच्या मातांपासून पासून दूर करावे.

**आर्थिक आत्मनिर्भरता:**
अहिल्याबाईंनी व्यवसायीकांना, उद्योजकांना प्रोत्साहन दिले आणि विविध सुविधा उपलब्ध करून दिल्या. स्थानिक उद्योगांचा, विशेषतः महेश्वरच्या वस्त्रउद्योगाचा विकास केला. तसेच, स्थानिक उत्पादनांचा वापर करण्यास प्रोत्साहन दिले.

याच्या अगदी विरुद्ध, ब्रिटिशांनी भारतात औद्योगिक ऱ्हास घडवून आणला आणि Indentured Labor (गुलामगिरी), हमाल (coolie), काचेरीतील गुलाम (peon) सारख्या योजना राबवल्या.

## आध्यात्मिक संस्थांचा सक्षमीकरण:

अहिल्याबाईंनी मंदिरांना जमीन दान करून आणि पाठशाळा, धर्मशाळा अशा संलग्न संस्थांची स्थापना करून त्या सशक्त केल्या. त्यांचा एकात्मिक दृष्टिकोन मंदिरांना शिक्षण व समाजविकासाची केंद्रे म्हणून टिकवून ठेवण्यास कारणीभूत ठरला.

## सर्वांगीण विकास:

अहिल्याबाईंचा शासन आध्यात्मिक, सांस्कृतिक, पर्यावरणीय आणि भौतिक कल्याण यावर केंद्रित होते. मंदिर पुनर्बांधणी, संस्कृत शाळा स्थापन करणे, झाडांची लागवड, तसेच शेती, व्यवसाय आणि उद्योगांना प्रोत्साहन देणे — ही त्याच्या समग्र विकासाच्या दृष्टीकोनाची उदाहरणे आहेत.

## ब्रिटिशराज आणि अहिल्याबाईंचे राज्य –

या दोघांचा - हिंदूधर्म आणि भारत यांच्याकडे पाहण्याच्या दृष्टिकोनात जमीन आसमानाचा फरक होता. तो फरक त्यांच्या शासनात उतरला होता.

ब्रिटिश राजवटीत आणि अहिल्याबाईंच्या शासनात जो फरक आहे, तो फरक कोणत्याही मतलबी शासकात आणि कल्याणकारी शासकात पाहायला मिळेल. एखादा भारतीय शासक कल्याणकारी आहे की नाही हे त्याचा हिंदू धर्माकडे आणि भारताकडे पाहण्याचा दृष्टिकोन ठरवेल. हा निकष लोकशाहीत निवडून आलेल्या सरकारांनाही तितकाच लागू होतो.

अहिल्याबाईंच्या दृष्टीने भारतभूमी पवित्र होती, प्रत्येक नदी पूजनीय होती आणि प्रत्येक जीव हा परमत्म्याचा अंश होता. हा विचार श्रुती, स्मृती, इतिहास आणि पुराणांनी शिकवला होता.

अहिल्याबाईंसाठी प्रगती म्हणजे आपल्या सांस्कृतिक वारश्याचा त्याग नव्हे, तर त्यावर उभारलेली उन्नती होती. आजही त्यांचे विचार सांस्कृतिक पुनरुत्थान व राष्ट्रीय ऐक्याचे मार्गदर्शक ठरतील.

अहिल्याबाई भारताला केवळ एक राष्ट्र म्हणून नव्हे, तर एक सजीव, श्वास घेणारी संस्कृती म्हणून पाहण्याचे आव्हान आजच्या नेत्यांपुढे ठेवतात. अहिल्याबाईंचे जीवन एक दीपस्तंभ आहे जो आपल्या संस्कृतीशी एकनिष्ठ राहून आधुनिक भारत कसा घडवावा, याचे मार्गदर्शन करतो.

पुराणे लिहिण्याची परंपरा आजपर्यंत चालू असती, तर अहिल्याबाईंचे जीवनकार्य एखाद्या नव्या पुराणाचा मध्यवर्ती विषय झाला असता. ते पुराण भविष्यातील भारतातील नेते आणि नागरिकांसाठी मार्गदर्शक ठरले असते.

# काही मंदिरांचा इतिहास

अहिल्याबाई होळकरांचा मंदिर पुनर्निर्माणाचा इतिहास हा एका संस्कृतीची तीर्थस्थळे जपण्याचा संघर्ष आहे. त्यांनी शेकडो मंदिरे पुन्हा बांधून, पुढच्या पिढ्यांना भग्नावशेष पाहण्याच्या दुःखापासून वाचवले.

अलीकडील काळात रामजन्मभूमी (RJB) मंदिराच्या पुनर्बांधणीच्या आंदोलनाने भूतकाळातील जखमा पुन्हा उघडया केल्या. या मंदिराच्या पुनर्निर्माणासाठीच्या संघर्षात हजारो भक्तांनी आपले प्राण दिले. या चळवळीमुळे मोठी राजकीय उलथापालथ घडली- भारतीय जनता पक्षाच्या अनेक निवडून आलेल्या राज्य सरकारांना केंद्रातील काँग्रेस सरकारने बरखास्त केले होते. देशभरात दंगली उसळल्या. बांगलादेश आणि पाकिस्तानातील हिंदूंनाही याचा फटका बसला, तेथील अनेक मंदिरे उद्ध्वस्त केली गेली, हिंदूंची दुकाने व घरे जाळली गेली.

केंद्र सरकारने या मंदिराचा प्रश्न अहिल्याबाईंप्रमाणे संयमित पद्धतीने हाताळणं अपेक्षित होतं, पण त्याऐवजी परिस्थिती अधिकच चिघळत गेली.

पंतप्रधान नरेंद्र मोदी यांच्या नेतृत्वाखालील भाजपा सरकार सत्तेवर आल्यानंतर, RJB मुद्दा न्यायालयीन प्रक्रियेद्वारे शांततामय पद्धतीने सोडवला गेला.

जर मागील सरकारांनी अहिल्याबाईंचा कित्ता गिरवळ असता, तर उपखंडातील हिंदूंना इतकी मोठी झळ सोसावी लागली नसती.

## सोमनाथ, गुजरात

सोमनाथ मंदिराची स्थापना सोम / चंद्रदेवाने केल्याचे मानले जाते, पुढे श्रीकृष्णाने त्याचा जीर्णोद्धार केला होता. मैत्रक वंशाच्या धर्मसेन राजाने ७व्या शतकात येथे एक भव्य मंदिर बांधले. त्या मंदिराला सोन्याच्या घंटा, चंदनाची द्वारे, कोरीव खांब, व रत्नजडीत भिंती होत्या.

सोमनाथ मंदिरावर अनेक वेळा आक्रमण झाले, ते लुटले गेले आणि तोडले गेले. मुख्यकरून ११व्या शतकात मोहम्मद गझनीने आणि १३व्या शतकात अलाउद्दीन खिलजीने ते उद्ध्वस्त केले. प्रत्येक वेळी, हिंदूंनी ते मंदिर पुन्हा उभारले – हे त्याग, श्रद्धा आणि जिद्दीचे प्रतीक ठरले. १८व्या शतकाच्या सुरुवातीला औरंगजेबाने हे मंदिर पुन्हा उद्ध्वस्त केले आणि त्याच्या भग्नावशेषांमध्ये एक छोटी मशीद बांधली. मुघल साम्राज्य कोसळल्यानंतर, सौराष्ट्रावर जुनागढच्या नवाबांनी ताबा घेतला.

असे म्हणतात की, अहिल्याबाईंना स्वप्नात मूळ शिवलिंगाचा ठावठिकाणा कळाला. त्या दृष्टांतवर विश्वास ठेवून, अहिल्याबाईंनी मशीदीतून शिवलिंग मिळवले. मग जुन्या मंदिराच्या भग्नावशेषांजवळची जमीन विकत घेतली आणि तेथे एक साधे मंदिर बांधले. मूळ शिवलिंगाला तळघरातील गर्भगृहात प्रतिष्ठित केले. अहिल्याबाईंच्या नेतृत्वाखाली सोमनाथाची पूजा पुन्हा सुरू झाली.

स्वातंत्र्यानंतर, सरदार वल्लभभाई पटेल यांनी त्या परिसरातील भग्नावशेष संग्रहालयात हलवले, मशीद काही किलोमीटर दूर हलवली आणि सद्याचे भव्य सोमनाथ मंदिर उभारले. नवीन

शिवलिंगाची प्रतिष्ठा भारताचे राष्ट्रपती डॉ. राजेंद्रप्रसाद यांच्या हस्ते झाली.

अलीकडेच, पंतप्रधान नरेंद्र मोदी यांच्या नेतृत्वात सोमनाथ मंदिर परिसराचे पुनरुज्जीवन करण्यात आले. मंदिराच्या मागील बाजूला समुद्रकिनाऱ्यालगत एक सुंदर रस्ता आणि नवीन पार्वती मंदिराची पायाभरणी केली. अहिल्याबाईंनी बांधलेल्या शिवमंदिराचाही यावेळी नूतनीकरण करून विस्तार करण्यात आला.

## विश्वनाथ, उत्तर प्रदेश

वरुणा लग अस्सी या नद्यांच्या काठावर वसलेले वाराणसी, म्हणजेच काशी - ज्ञानाचे आणि प्रकाशाचे नगर - प्राचीन काळापासूनच भारताचे धार्मिक, सांस्कृतिक आणि शैक्षणिक केंद्र मानले जाते. शिवाच्या या पावनभूमीत मोक्षप्राप्ती होते, असे मानले जाते.

११व्या शतकापासून काशीच्या शिवमंदिराचा इस्लामी आक्रमकांनी अनेकदा विध्वंस केला. प्रत्येक वेळी हिंदू राजे, व्यापारी आणि साधूंनी हे मंदिर पुन्हा उभारले. औरंगजेबाने हे मंदिर उद्ध्वस्त करून त्यावर ज्ञानवापी मशिदीचे घुमट बांधले.

छत्रपती शिवाजी महाराजांपासून माधवराव पेशव्यांपर्यंत मराठ्यांचा काशी, मथुरा आणि अयोध्येच्या पुनर्प्राप्तीचा संकल्प होता, पण त्यांच्या हयातीत तो पूर्ण होऊ शकला नाही.

१७७७ साली, अहिल्याबाई होळकरांनी ज्ञानवापी परिसराजवळची जागा विकत घेऊन तेथे काशी विश्वनाथ मंदिर बांधले. अंदाजे शंभर वर्षांनंतर, विश्वनाथाची पूजा पुन्हा सुरू झाली.

शीख साम्राज्याचे संस्थापक महाराजा रणजितसिंह यांनी काशी विश्वनाथ मंदिराच्या कळसाला सोन्याचा पत्रा लावला. २०२१ मध्ये, पंतप्रधान नरेंद्र मोदी यांच्या नेतृत्वाखाली, मंदिर परिसराचे विस्तारकाम करण्यात आले आणि काशी विश्वनाथ कॉरिडॉर तयार करण्यात आला.

## घृष्णेश्वर, महाराष्ट्र

वेरूळ (एलोरा) येथील हे मंदिर अनेक वेळा आक्रमकांनी उद्ध्वस्त केले होते. छत्रपती शिवाजी महाराजांचे आजोबा मालोजी राजे भोसले यांनी याची दुरुस्ती केली होती. नंतर औरंगजेबाने या मंदिरावर आक्रमण करून ते अर्धवट नष्ट केले. हे मंदिर अनेक वर्षे भग्नावस्थेत होते. गौतमाबाई होळकर यांनी १७३० मध्ये याच्या पुनर्बांधणीला सुरुवात केली आणि त्यांच्या सूनबाईंनी ते काम पूर्णत्वास नेले.

## त्रेता के ठाकूर, अयोध्या

अयोध्येत प्रभू रामाच्या तीन मुख्य मंदिरांचा समावेश होता — जन्मस्थान मंदिर (रामांचा जन्मस्थळ), त्रेताके ठाकुर मंदिर (रामांनी अश्वमेध यज्ञ येथे केला होता), आणि स्वर्गद्वार मंदिर (जेथून रामाने स्वर्गाकडे प्रस्थान केले). यापैकी, बाबराने जन्मस्थान मंदिर पाडून तिथे मशीद बांधली. औरंगजेबाने त्रेताके ठाकुर आणि स्वर्गद्वार ही दोन्ही मंदिरे पाडून त्यांच्या जागी मशिदी बांधल्या. १७८४ मध्ये मराठा राणी अहिल्याबाई होळकर यांनी त्रेताके ठाकुरचे भूखंड विकत घेऊन त्या ठिकाणी मंदिर पुन्हा बांधले. शरयू नदीतून मिळालेल्या मूळ मूर्ती येथे स्थापित करण्यात आल्या.

# अहिल्यास्मृती

देवी अहिल्याबाई होळकरांचे पुतळे अनेक ठिकाणी उभारण्यात आल्या आहेत - नवी दिल्लीतल्या संसदेत, त्यांच्या जन्मस्थळी चौंडी येथे, त्यांच्या राजधानी महेश्वरमध्ये, सोमनाथ आणि वाराणसी येथील मंदिर परिसरात.

अलीकडेच, अहमदनगर जिल्ह्याचे नाव "अहिल्यानगर" करण्यात आले, हे त्यांचे स्मरण करण्यासाठीचे महत्त्वपूर्ण पाऊल ठरले आहे. इंदौर विमानतळाला त्यांचे नाव दिले आहे, या स्मृतीतून त्यांच्या पायाभूत सुविधा उभारणीतील योगदानाची दखल घेतली गेली आहे. अनेक शैक्षणिक संस्था, कृषी महाविद्यालये तसेच सोलापूर विद्यापीठ यांना देखील अहिल्याबाईंचे नाव देण्यात आले आहे.

एका नारी शक्ती पुरस्काराचे नाव - देवी अहिल्याबाई होळकर पुरस्कार असून, महिला आणि बालकल्याण मंत्रालयाकडून दरवर्षी महिलांच्या कल्याणासाठी कार्य करणाऱ्या संस्थांना दिला जातो.

देवी अहिल्याबाईंच्या जीवनावर, कार्यावर अनेक लेखकांनी गौरवपर लेखन केले आहे. खुशालीराम भट्ट, मोरोपंत आणि अनंत फंदी यांसारख्या कवींच्या रचनांमध्ये त्यांची स्तुती आढळते. पेशवा दरबारातील कवी प्रभाकर यांनी त्यांच्या सन्मानार्थ एक पोवाडा रचला होता. आधुनिक कवी माधव ज्युलियन यांनी अहिल्याबाईंची तुलना राजर्षी जनकांशी केली आहे.

महत्वपूर्ण ग्रंथांमध्ये पं. सखाराम शास्त्री भागवत यांचे संस्कृत पुस्तक "अहल्या चरितम्", १८८५ मध्ये लिहिलेले कुमुद यांचे मराठी "अहिल्याबाई होळकर", आणि हरी मोरेश्वर शेवडे यांचे १८९८ मध्ये लिहिलेले "अहल्या चरित्र" यांचा समावेश होतो. त्यांचे जीवन, चरित्र आणि कार्य मराठी, हिंदी, इंग्रजी, संस्कृत, बांगला,

गुजराती, उर्दू आणि पंजाबी यांसारख्या अनेक भाषांमध्ये विस्तृतपणे लिहिले गेले आहे.

सर जॉन मॅल्कम (१७६९ - १८३३) यांनी महेश्वरला भेट दिली आणि अहिल्याबाईंच्या जीवन व कारकीर्दीचे सविस्तर वर्णन त्यांच्या दोन खंडांच्या ग्रंथात - *A Memoir of Central India, incluing Malwa* केले. हा ग्रंथ १८२४ साली लंडनहून प्रकाशित झाला.

जोहाना बेली (१७६२ - १८५१) या स्कॉटिश कवयित्रीने मॅल्कम यांचा ग्रंथ वाचला. अहिल्याबाईंच्या जीवनकार्याने प्रभावित होऊन त्यांनी *Ahalya Baee, A Poem* ही कविता रचली. तिचा शेवटचा कडवे असे आहे –

> In better days from Brahma came,
> to rule our land a noble Dame,
> kind was her heart, and bright her fame,
> and Ahalya was her honoured name!

# संदर्भ सूची

1. होळकरशाहीचा इतिहास – संपादक वा. वा. ठाकूर, होळकर स्टेट प्रेस, इंदोर १९४६

2. होळकर कुलभूषण अहिल्यादेवी डॉ. सुलोचना अशोक पाटील

3. ज्ञात-अज्ञात अहिल्याबाई - विनया खडपेकर, राजहंस

4. वेध अहिल्याबाईंचा – देविदास पोटे

5. कर्मयोगिनी – विजया जहागीरदार, चेतश्री प्रकाशन, १९९१

6. तेजस्विनी अहिल्याबाई होळकर – विजया जहागीरदार, महाराष्ट्र राज्य साहित्य आणि संस्कृती मंडळ, २००३

7. काशी संस्कृत ग्रंथमाला १८५ - श्री महर्षी शुक्राचार्य विरचित शुक्रनीति: - व्याख्याकार श्री पं ब्रह्म शंकर मिश्र:

8. Ahalya Baee – Joanna Baillie: Ahilyanjali, Tr. by N. G. Kale, Ahilyabai Holkar Smarak Samiti, 2015

9. Memoirs of Central India Sir John Malcom

10. Life & Life's work of Shri Devi Ahilyabai Holkar - V. V. Thakur, Indore

11. Subhedar Malhar Rao Holkar: Founder of the Indore State - Mukund Wamanrao Burway (1930)

12. Malwa Through The Ages By Kailash Chand Jain; Motilal Banarasidas, Delhi 1972

13. Flight Of Deities And Rebirth Of Temples: Meenakshi Jain (2019), Aryan Books International

14. Hindu Temples: What Happened To Them? Volume 1 & 2 – Sita Ram Goel, Voice of India, New Delhi

15. A For Ahilyabai – Edited by Devidas Pote; Ahilyabai Holkar Smarak Samiti, Dec 2015

16. Subhedar Malhar Rao Holkar: Founder of the Indore State - Mukund Wamanrao Burway (1930) Available at - archive.org

17. Al-Hind: Making of the Indo-Islamic World, vol. 1, Brill Academic (Leiden), Andre Wink (1991)

18. What Happens when a Hindu Temple is Destroyed - Sandeep Balakrishna; The Dharma Dispatch, Sep 2018 Available at - dharmadispatch.in

19. The Illustrated Encyclopedia Of Hinduism - James Lochtefeld Page 298

20. Epigraphia Indica Vol 8 (1905-06) Edited By E. Hultzsch, Available at - archive.org

21. The Vijayanagar Empire Chronicles Of Paes And Nuniz; Available at archive.org

22. The Great Maratha Mahadaji Scindia - N. G. Rathod (1994), Sarup & Sons. pp. 163–173

23. New History Of The Marathas Vol.2 by Sardesai, Govind Sakharam, page 338

24. Solstice at Panipat – Uday Kulkari, Mula Mutha Publishers, Pune

25. Goa Inquisition - The Terrible Tribunal For The East - Anant Kakba Priolkar

26. Parish Churches in the Early Modern World edited by Andrew Spicer

27. Lost treasures : Temples Demolished by Mughals and other Invaders - Ponnam Chetan, pages 28-29

28. The Beautiful Tree – Dharmapal, 1983, Other India Press

29. Shivaji and His Times: Route of Shivaji's flight – Jadunath Sarkar available at archive.org

30. India in the Victorian age - Dutt, Romesh (1904); London; Page 524, 525 Available at – archive.org

31. Shri Ramakrishna Paramahans: The Great Master by Swami Saradanand, Translated by Swami Jagadanand; Published by Shri Ramakrishna Math, Madras

32. Isabel Burton (2012). Arabia, Egypt, India: A Narrative of Travel. Cambridge University Press. p. 168.

33. Asia and Oceania: International Dictionary of Historic Places - Trudy Ring, Noelle Watson, Paul Schellinger 2012

34. India's Historic Battles: From Alexander the Great to Kargil By Kaushik Roy, Permanent Black (2004)

35. Romanies and the Holocaust: A reevaluation and an overview - Ian Hancock, The Historiography of the Holocaust Palgrave-Macmillan, New York 2004, pp. 383-396

36. Anant Fandi; Marathi Vishvakosh

37. Hebbale Inscription- Unremembered Miniature of Hoysala Service to Sanatana Dharma - S Balkrishnan, At dharmadispatch.in

38. Sawai Jai Singh Destroys Jizya Tax - Shatavadhani Dr. R Ganesh Available at - prekshaa.in

39. Aundhacha Raja - G. D. Madgulakar, Yuvak Bharati

40. The Rajarshi of Mysore, Jun 6, 2009, Banglore Mirror, Available at- bangaloremirror.indiatimes.com

41. Shri Narayan Bhatt: Redefining the Pilgrimage in 16th Century Braj - Sushant Bharti, indica.today

42. A Trauma that lives on in many present day Indians- Rajat Mitra Available on - rajatmitra.co.in

43. Why does The Hindu Become Silent When His Temples Are Desecrated? Rajat Mitra, Jul 04, 2019, MyIndMakers Available at myind.net

44. Coronation Ceremony of Shivaji the Great - A speech by Gajanan Mehendale, 31 May 2020

45. 'A nation stays alive when its culture stays alive' - Paul Smith, British Council, June 2017

46. Jejuri Lake - Rahul Vavare, At ahilyabaiholkar.in

47. Holakar Kalin Pushkarni – R Lande, At ahilyabaiholkar.in

48. Ready Reckoner of Aurangzeb's Industrial Scale Temple Destructions, 2022, At dharmadispatch.in

49. Temple Economics – Sandeep Singh

50. Revisiting Sati - Nithin Sridhar, Nov 2017, Available on IndiaFacts

51. Madhyarekha: The ancient Indian astronomical median line - Sachin Jadhav, Available on Medium.com

52. 'Natorer Rani' Bhabani, Daily Bangladesh  Aug 2019, Available at - daily-bangladesh.com

53. Real Rani - Rani Rashmoni merged philanthropy and business; available at getbengal.com

54. The Impending Destruction of Sanskrit: What P.V. Kane Predicted in 1946 - Sandeep Balakrishna, Aug 2024, Dharma Dispatch, At- dharmadispatch.in

55. Gabbay, Alyssa, 2011. "In Reality a Man: Sultan Iltutmish, His Daughter, Raziya, and Gender Ambiguity in Thirteenth Century Northern India" . Journal of Persianate Studies

## PRAISE FOR
## THE GUARDIAN OF INDIC CIVILIZATION

**Small, yet powerful!** 'Ahilyabai Holkar: The Guardian of Indic Civilization' by Deepali Patwadkar is a glowing tribute to one of India's greatest yet often-overlooked icons—Devi Ahilyabai Holkar.

Through gripping storytelling and meticulous research, the book brings to life the story of a queen who defied personal tragedy and political turmoil to protect and preserve India's cultural heritage. Ahilyabai emerged as a beacon of resilience, extending her influence across the length and breadth of Bharat. Whether through temple restoration or cultural preservation, her contributions were monumental.

The book also serves as a timely reminder of the need to reclaim and celebrate Indic history. In a world where invaders and plunderers are glorified, Patwadkar shifts the focus to builders and preservers of our civilization.

It's an inspiring read, a must-have for anyone passionate about Bharat's cultural revival.

**- Dr. Easwar Krishna Iyer,**
Dean, Professor, Educationalist, Nationalist, Narrator

Deepali's book on Ahilyabai is more than just a historical account—it is a testament to the timeless wisdom of Indian scriptures and their role in shaping visionary leadership. Through the extraordinary life of Devi Ahilyabai Holkar, the book emphasizes how adherence to dharmic principles and insights drawn from ancient Indian texts can mold administrators capable of fostering justice, culture, and prosperity.

Ahilyabai's governance was deeply rooted in the teachings of the scriptures, which guided her decisions and shaped her as an ideal ruler. From temple restoration to welfare schemes, her administrative brilliance stemmed from values and ethics taught by the scriptures. The book illustrates how such values can nurture leadership that is both compassionate and transformative.

This inspiring work is a clarion call to revisit the Indian scriptures—not as relics of the past, but as living guides to train future administrators and nation-builders. It reminds us that the cultural and moral foundations laid out in our texts remain as relevant today as they were in Ahilyabai's era.

For anyone seeking to understand the intersection of Indic wisdom and governance, this book is a must-read. It is not just a story of a remarkable queen but also a guide for nurturing a new generation of leaders grounded in the ethos of Bharat.

**- Nilesh Oak**
Researcher, Speaker and Author of - "When Did The Mahabharata War Happen?", "The Historic Rama" and "Bhishma Nirvana"

# लेखिकेविषयी

दीपाली पाटवदकर भारतीय संस्कृतीच्या कथा उलगडून सांगतात. त्या भारतीय ज्ञानपरंपरा आणि आर्ष काव्ये या विषयांच्या अधिव्याख्याता (adjunct faculty) म्हणून कार्यरत आहेत.

त्यांची प्रकाशित झालेली काही पुस्तके आहेत - 'रामकथामाला-रामायणाच्या दिग्विजयाची कथा', 'देशविदेशातील भारतीय संस्कृतीची स्वस्तिचिन्हे', आणि 'चित्र ज्ञानेश्वरी – कर्म योग'

त्या महाराष्ट्र टाइम्स, सकाळ आणि मुंबई तरुण भारत यांसारख्या प्रतिष्ठित दैनिकांतून नियमित लेखन करतात. त्यांच्या अभ्यासपूर्ण लेखनाचा आवाका साप्ताहिक विवेक, प्रसाद आणि न्यूज भारती या नियतकालिकांतील स्तंभलेखांपासून निबंधांपर्यंत विस्तारलेला आहे.

# इतर पुस्तके

सर्व पुस्तके **www.deepa.blog** येथे उपलब्ध आहेत.

Notion Press
Pages – 136
Price – ₹ 170/-

This compelling biography delves into the life of Punyashloka Devi Ahilyabai Holkar, the 18th-century ruler of Malwa.

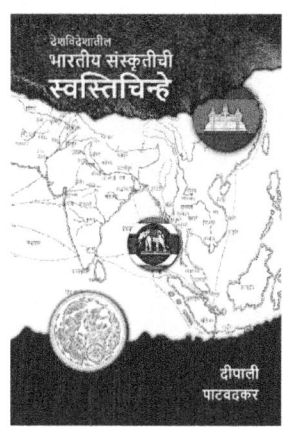

### देशविदेशातील भारतीय संस्कृतीची स्वस्तिचिन्हे
विवेकानंद केंद्र मराठी विभाग
पृष्ठ – २५२ | किंमत – ₹ ३००/-

भारतीय संस्कृतीच्या जगभर पसरलेल्या स्वस्तिचिन्हांची कहाणी! त्या मध्ये – भारतीय देव, धर्म, भाषा, लिपी, ग्रंथ, पंचांग, गणित, विज्ञान, कला, स्थापत्याची ... विविध चिन्हे आहेत! ह्या अभिमानास्पद ठेव्याचा पुराव्यांसह आढावा घेणारा ग्रंथ. अनेक नकाशे व छायाचित्रांनी सजलेले पुस्तक.

### रामकथामाला

विवेकानंद केंद्र मराठी विभाग

पृष्ठ – १२०, रंगीत | किंमत – ₹ २००/-

भारतीय संस्कृतीची शिकवण देणारी रामकथा केवळ भारतातच नाही तर अनेक देशात पूज्य आहे. मर्यादापुरुषोत्तम राम हा काही देशांचा नायक आहे! श्रीरामाचे शब्द एका देशाचे ब्रीदवाक्य आहे! रामकथा कुठल्या देशाचा राष्ट्रीय ग्रंथ आहे! रामाचे नाव कुठल्या देशाच्या राजाचे बिरूद आहे! कित्येक देश त्याची कथा वाचतात, ऐकतात, गातात!

Made in the USA
Monee, IL
23 August 2025

23974469R00090